Penzi la Damu

Anna Samwel
Manyanza

MKUKI NA NYOTA
DAR – ES – SALAAM

KIMECHAPISHWA NA:
Mkuki na Nyota Publishers Ltd
P. O. Box 4246
Dar es Salaam, Tanzania
www.mkukinanyota.com

ISBN 978-9987-75-368-0

Tembelea tovuti yetu www.mkukinanyota.com, kujua zaidi kuhusu vitabu vyetu na jinsi ya kuvipata. Vilevile, utaweza kusoma habari na mahojiano ya waandishi pamoja na taarifa za matukio yote yanayohusu vitabu kwa ujumla. Unaweza pia kujiunga na jarida pepe letuili uwe wa kwanza kupata taarifa za matoleo mapya zitakazotumwa moja kwa moja kwenye sanduku la barua pepe yako.

Vitabu vya Mkuki na Nyota husambazwa nje ya Afrika na African Books Collective.
www.africanbookscollective.com

Yaliyomo

Sura ya 1

Maji Yakimwagika Hayazoleki

Mbayuwayu kwenye anga la Ulaya kipindi cha kiangazi, walimpa Malaika faraja kwani alifahamu wamekuja kutoka kwao Afrika. Moyo ulipata faraja kwa vile mbayuwayu wale waliashiria kuwa kipindi kirefu cha baridi kali katika bara la Ulaya kimefikia hatima. Alifahamu kuwa hatimaye, zulia la theluji lililokuwa limeigubika Ulaya kwa zaidi ya miezi sita mfululizo, lingeyeyuka. Kila mtu alikuwa na hamu ya kuuona mwanga wa jua. Kila mtu alikuwa na hamu ya kuyaona maua yamechipua bustanini na kondeni. Kila mtu alikuwa na hamu ya kuviona vipepeo vikipuruka huku na huku. Kila mtu alikuwa na hamu ya kuiona miti imeota majani. Warejeapo mbayuwayu na nyimbo zao za shangwe, kila mtu hujiandaa kukipokea kipindi cha kiangazi. Maguo mazito hurudishwa makabatini na masandukuni. Moyo wa Malaika ulipata mbawa kama zile za mbayuwayu kwani hamu ya kuwaona ndugu, jamaa na marafiki, hamu ya kumwona mpenzi wake Ben, ilipata afueni.

Kisomo ndicho kilichompeleka Malaika Ughaibuni. Kitawasifu, Malaika alikuwa msichana wa takriban miaka kumi na kenda, kimaumbile, hakuwa mnono bali alionyesha wembamba wa jamu. Miguu yake iliota misuli maana wakati bado anasoma shule ya msingi, alikuwa mwanariadha maarufu shuleni. Weusi wake ulikuwa wa kukithiri, hakupenda kutunza nywele ndefu bali zilikuwa fupi za wastani. Kimavazi, alipenda kuvalia suruali ya kumbana maungo na shati lililo teremka hadi usawa wa goti. Miwani ya jua ilimfichia aibu yake ya kuzaliwa. Hakupenda kuongea pasipo ulazima, wengi wakadhani kuwa hulka ile ililetwa na majivuno tu kwa vile alijaaliwa akili na hekima.

Malaika ameishi huko ng'ambo kwa zaidi ya miaka mitatu na nusu. Kwenye miezi minne ijayo, alitarajia kurudi kwao Afrika kwani atakuwa amehitimu masomo yake ya chuo kikuu. Akiwa anajiandaa na safari ya kurudi nyumbani Afrika, aliyawazia maisha yake kama vile alikuwa akiangalia mkanda wa filamu.

* * *

Maisha ya Malaika yalikuwa na mchanganyiko wa *asali* na *nyongo*. Utamu wa *asali* katika maisha yake aliuonja siku ile aliyopokea matokeo mazuri ya kumaliza Darasa la Saba. Alichaguliwa kuanza Kidato cha Kwanza katika shule ya sekondari ya serikali. Uchungu wa *nyongo* wa maisha yake aliuonja siku aliyotanabahishwa na dada yake, dada Jeni, kuwa wazazi wao wamefarakana. Licha ya msambaratiko ule, baba yao alikuwa akija mara kwa mara kuwajulia hali. Malaika akachukua fursa ile kumtaarifu juu ya kufaulu kwake. "Baba, nimefaulu mitihani ya Darasa la Saba, na nimepangiwa kwenda kujiunga na Shule ya Sekondari ya Serikali. Unaonaje hapo Baba?" Uso wa Malaika ulichanua kama waridi, alitumai kuwa baba yake angepasuka kwa furaha. Hata hivyo jibu la baba yake lilikuwa la kufadhaisha moyo, "Sawa." Baba yake alijibu. Malaika aliinamisha kichwa na kutoka nje. Alikwenda uani kufanya shughuli zake za kila siku, aliosha vyombo na kuvipanga kichanjani, kisha alichukua ufagio, akaingia nao chooni, kukisafisha. Alipotoka hapo, alichukua ndoo ya maji, akaelekea kisimani, kuteka maji. Aliporudi, alimkuta baba yake amekwisha ondoka tayari, Malaika aliguna huku moyoni mwake akitafakari sababu iliyowatenganisha wazazi wake. Hakuchoka kumwomba Mungu ayarudishe tena yale maisha yao ya zamani, maisha ya amani na upendo, maisha bila adha wala baa, aliutamani wema na ucheshi wa baba yake uliokuwa ukichangamsha nyumba nzima. Mzee Mirambo hakuwahi hata siku moja kuiudhi familia yake, kuwakefya wanawe au kumkemea mkewe, sembuse kumpiga. Kama aliwahi kumpiga, basi alimpiga kwa doti za kanga tu au kwa matenge ya kutoka Kongo. Lakini kwa sasa, hali ilikuwa nyingine kabisa, ama hakika *maji yakimwagika hayazoleki!* Malaika alibaki kuusemea moyo wake.

* * *

Kabla hajatanabahishwa juu ya mfarakano wa wazazi wake, alidhani kuwa sababu iliyokuwa ikimkawiza baba yake kurudi nyumbani ni kazi yake ya udereva. Ajira hii ilimlazimu kusafiri mara kwa mara. Aliajiriwa kama dereva mkuu katika kampuni ya mhindi mmoja, Mzee Khurmanjee. Aliyemtafutia ajira ile alikuwa rafiki yake mpenzi, Mzee Makongoro. Mzee huyu alifahamika Tanga nzima. Kazi yake katika Idara ya Forodha na Ushuru wa Bidhaa ilimkutanisha na wafanyabiashara wakubwa na wadogo wa Mkoa wa Tanga waliokuja ofisini mwake kulipia ushuru wa bidhaa zilizoingia au kutoka nchini. Alipofahamiana na Mzee Khurmanjee, walielewana vizuri na haraka. Siku moja, Mzee Khurmanjee alimuuliza kama anamfahamu dereva mwaminifu atakayemwendesha katika shughuli zake za kikazi na za kibinafsi pia. Mzee Makongoro akampendekeza Mzee Mirambo mara moja. "Mzee Mirambo ni baba mwaminifu, na ni rafiki yangu wa miaka mingi sana."

"Basi aje mara moja kuanza kazi. Kesho asubuhi naomba aripoti ofisini. Dereva aliyekuwa akiniendesha amerudi kwao Korogwe kushikilia mashamba ya familia baada ya baba yake kufariki ghafla."

"Pole sana kwa pigo hili." Baada ya mazungumzo yale, akamtafuta Mzee Mirambo siku ile ile ampatie habari ile nzuri.

"Ni kazi nzuri sana, halafu Mzee Khurmanjee analipa vizuri sana. Usiniangushe."

"Nitakuangushaje, mzee mwenzangu ilhali hapa nilipo sina mbele wala nyuma?"

"Kesho asubuhi unatakiwa kuripoti ofisini."

"Hata sijui nikushukuruje, mzee mwenzangu, *ama hakika mtoaji ni Mungu!*"

"Usihofu, usihofu, basi jitayarishe vizuri maana kupata ajira chapu chapu namna hii si bahati imwangukiayo kila mtu." Kisha alimwangalia kuanzia kichwani hadi unyayoni, akacheka kichokozi, "Hicho kichaka kichwani lazima ukipeleke kwanza kwa kinyozi kikapunguzwe, na hayo madevu budi uyaondoe pia maana yanakutia ukongwe, unafanana na kibabu cha miaka tisini." Walicheka kirafiki huku wakigongeshana mikono.

"Lakini nilikuwa nina ombi fulani mzee mwenzangu," Mzee Mirambo alisema huku amemkazia macho.

"Kama lipi hilo tena?"

"Nina rafiki aitwaye Mzee Rodriguez. Huyu pia yuko kijiweni, ni zaidi ya mwaka sasa tangu asimamishwe kazi, angeshukuru sana kama ungemtafutia pia kibarua kwa huyu tajiri."

"Mzee mwenzangu, mzee mwenzangu! Mbona unanitia majaribuni namna hii? Basi ngoja nitamuuliza Bwana Khurmanjee nimsikie, lakini wewe anza kwanza kuchapa kazi, mambo mengine yote baadaye, unatakiwa kujijali wewe mwenyewe kwanza."

"Ni kweli maneno yako, ni kweli."

"Lakini sitaki kukuhakikishia kuwa nitafanikiwa kumtafutia ajira huyo rafiki yako, unafahamu kuwa mimi sipendi kuwapa watu ahadi nisizoweza kuzitimiza."

"Nakuelewa vizuri kabisa, usihofu, ilikuwa ni ombi tu." "Basi sawa, nakutakia mwanzo mwema hapo kesho."

"Mungu atakujaza mara dufu mzee mwenzangu, umeniokoa."

Mzee Makongoro alipanda *Land - Rover* lake na kuondoka kwa mwendo wa kobe.

Jua lilikuwa linaelekea kupiga mbizi nyuma ya vilele vya miti, lakini fukuto lake lilikuwa bado linawatesa wakazi wa Mkoa wa Tanga. Mzee Mirambo alikuna kipara chake cha ukubwa wa kisahani huku tabasamu la jamu limeutanda wajihi wake. Alitamani kupiga ukelele wa furaha ili kila mtu afahamu kuwa amepata kazi. Alipotupia jicho saa yake, alitambua kuwa zimebakia dakika chache hadi kinyozi wa pale mtaani kwao akifunge kibanda chake, akachapua mwendo kama askari wa mkoloni, amuwahi. Akamkuta anamalizia kumnyoa mteja wa mwisho, akamsihi asimrudishe nyumbani bila ya kumnyoa, hatimaye alimweleza sababu ya kuhitaji kunyolewa siku ile. Kinyozi alimwangalia kwa sekunde kadhaa kisha alimkubalia kwa kutikisa kichwa. "Basi keti kitini, mzee wangu, nipe dakika chache nimmalize kwanza huyu bwana mdogo, halafu utaingia wewe." Mzee Mirambo alimshukuru kwa moyo wote. Alipoketi kitini, alibaini kiti kilikuwa kidogo kwake, hakujali, alijipwetesha kiupande huku mguu mmoja ameupachika juu ya mwingine. Moyo ulipata faraja kila alipoikumbuka ajira yake mpya, wakati huohuo, alikuwa akiwatazama wapita njia waliokuwa wakichapuka kurudi makwao. Sauti za mbayuwayu angani ziliuburudisha moyo wake. Mara alimwona kunguru juu ya nguzo ya umeme akiita kwa sauti kali, ya mkwaruzo. Mbwa wa mitaani wapatao watano au hata kenda walikuwa wamejipumzisha chini ya mkungu huku mikia yao ikicheza mara kushoto mara kulia, nzi waliwazunguka nyusoni na makalioni. Waendesha pikipiki waliendesha kwa kasi huku wakizipiga honi, wapishwe njia. Upande wa pili wa barabara, alimuona baba mtu mzima muuza kahawa, akamwita kwa kumpungia, akawa anakuja kwa hatua za haraka huku akiwa makini na magari wakati anaivuka barabara. Kanzu yake iliyofubaa rangi ilipepezwa upindoni kwa upepo uliotoka Bahari ya Hindi, baraghashia yake kichwani ilimkaa vizuri ikamnadhifisha. Makubadhi miguuni mwake yalikuwa yamelika kisiginoni, birika lake refu jembamba lilitoa mvuke mkali wakati anammiminia Mzee Mirambo kahawa kwenye kikombe kidogo kisicho na mkono. Hakumpatia ile kahawa kabla ya kulipwa kwanza, Mzee Mirambo alipapasa mfuko wa shati, akampatia pesa yake, muuza kahawa akamuuliza kama angependa kununua pia kashata zake. Mzee Mirambo alitikisa kichwa kumkatalia huku midomo imetulia kwenye kile kikombe. Baba muuza kahawa alimsubiri kwa utulivu ili Mzee Mirambo apate kunywa kahawa yake kwa nafasi, ndipo aondoke na kikombe chake. Aliyaangaza macho huku na kule akitumai pengine palikuwa na wateja wengine waliohitaji huduma yake. Kwa mbali sana sauti ya muadhini ilisikika, alikuwa akiwakumbusha waumini waende kuswali.

Mzee Mirambo alipowasili nyumbani, aliitafuta leseni yake ya udereva ndani ya sanduku lake la mbao, baada ya kuipata aliiweka juu ya meza ndogo pembeni ya kitanda chake ili pakuchapo, asiisahau. Hatimaye alijibwaga kitandani huku macho ameyakazia darini, hakuupata usingizi vizuri kwa kuhofia pengine angelala fofofo halafu aikose kazi. Jogoo wa saa kumi na moja na nusu alipowika, alikurupuka kitandani, akaingia bafuni kujitayarisha. Akakikamata kioo chake kidogo kilicho ota ufa na kukiweka mbele ya uso wake huku akiweka sawa ukosi wa shati. Hatimaye aliyakagua meno kwa kuyasiriba kwa ncha ya ulimi. Akainyakua leseni yake na kuiweka mfukoni mwa shati, kisha alitoka, akautia mlango kufuli, ufunguo akaudidimizia mfukoni mwa suruali, akachukua kibasi mpaka kwa tajiri yake mpya, Mzee Khurmanjee.

* * *

Baada ya takriban miezi mitatu, Mzee Makongoro alimtafuta tena Mzee Mirambo kwani alikuwa na jipya la kumwambia. "Naamini kuwa kibarua chako kwa Mzee Khurmanjee kinaendelea vyema." Kabla ya kumpatia jibu, Mzee Makongoro alimweleza kila kitu, "Habari zako zote nimekwisha zipata tayari, Mzee Khurmanjee amefurahishwa na bidii yako ya kazi. Hongera sana, rafiki yangu!"

"Ahsante sana, mzee mwenzangu. Naamini Mungu amekulinda tangu tulipo onana mara ya mwisho."

"Kama unionavyo mwenyewe, mimi mzima kama chuma cha Mrusi." Walicheka, kisha akamueleza sababu iliyomleta, "Ajira kwa sasa zimekuwa adimu kwa Mzee Khurmanjee, jana nimeonana naye, nikamweleza kuhusu suala la rafikiyo, Mzee Rodriguez. Ila sikukuhusisha kwa lolote ili kitumbua chako kisiingie mchanga."

"Hili suala nalifahamu vizuri sana, Mzee Khurmanjee amekuwa akinionyesha umati wa watu pale getini kwake waliokuja kutafuta kibarua, akawa anasema kwa sasa hachukui mtu yeyote."

"Unaona sasa!"

"Lakini bado naangaza kwengine ili huyu rafiki yangu asiendelee kuaibika."

"Usikate tamaa haraka namna hiyo ndugu," alicheka, "Kuna ajira nyingine nimeifuma mahali."

"Mzee Makongoro hakika wewe ni alwatan!" alicheka kwa furaha. "Ila si hapa Tanga mjini."

"Popote kule kasema atakwenda, hata hiyo ajira iwe kuzimu, kasema ataifuata hukohuko kuzimu." Walicheka.

"Basi mwambie kama atakubali kuhamia Wilaya ya Pongwe, huko ndiko atakwenda kuwajibika."

"Atakwenda, hana ujanja."

"Ni kazi nzuri tu hata kama haipo hapa Tanga Mjini."

"Hebu itaje niisikie." Mshawasha ulimkwea.

"Ni kwenye Kiwanda cha Kusindika Katani kimilikiwacho na Waingereza kulekule Pongwe."

"Tunakushukuru sana ndugu yangu."

* * *

Uaminifu na uwajibikaji mzuri wa Mzee Mirambo ulimsaidia kupandishwa cheo katika muda mfupi sana. Alipewa cheo kikubwa ambacho hata yeye mwenyewe hakukitarajia. Alitakiwa kumwendesha tajiri wake kwenye shughuli zake zote za kikazi na za kibinafsi. Kadhalika, alipewa cheo cha kuwasimamia madereva wote wa kampuni. Ni yeye peke yake ndiye aliyepewa majukumu yale. Ajira ile ilimlazimu kuwa safarini muda mwingi. Apatapo muda, alikwenda kuwaona wanawe na mkewe licha ya kwamba ndoa yake ilikuwa imekwisha vunjika tayari.

Sura ya 2

Akufaaye kwa Dhiki Ndiye Rafiki

Licha ya kwamba Malaika alifaulu mitihani yake ya Darasa la Saba, na kupangiwa kwenda Shule ya Sekondari ya Serikali, hakuweza kuendelea na masomo kwa kumkosa mtu wa kumlipia ada. Kuvunjika kwa ndoa ya wazazi wake kuliiyumbisha familia nzima. Kaya ilikosa amani na mwelekeo, ikawa kama jahazi kwenye tafrani ya bahari. Malumbano baina ya ndugu na ndugu hayakwisha, ulevi kwenye familia uliathiri karibu kila mmoja wao, maradhi nayo hayakuwasamehe, na vifo viliacha pengo lisilozibika. Malaika alikuwa pia ndani ya jahazi lile, yeye pia alipata misukosuko iliyomuathiri kivyake, lakini alijitahidi kadiri ya uwezo wake kuliokoa jahazi lao lisizame.

* * *

Maji yalipomfika Mama Mirambo shingoni, aliomba msaada kutoka kwa ndugu mbalimbali. Aliomba msaada kutoka kwa mama yake mdogo, Bibi Moshika, jina la utani, Bibi Moshi. Bibi Moshi alikuwa na mwili mkavu mkakamavu. Chakula chake kikuu kilikuwa *bobwe* na ugali pamoja na mboga za majani tu. Alipoupokea ujumbe kutoka kwa Mama Mirambo, hakusubiri kuulizwa mara mbili, alikubali mara moja, akaifunga safari kesho yake hadi Arusha. Haikumwia vigumu kuuhama mji wake wa Pangani maana tangu mumewe kufariki dunia, aliandamwa na shutuma kuwa amehusika na kifo chake. Alikaukwa sauti kwa kuwahakikishia walimwengu kuwa bahari ndiyo iliyomchukua mumewe maana kazi yake kuu ilikuwa uvuvi wa samaki. Akiwa huko baharini, bahari ilichafuka ghafla, mvua ya upepo mkali ikafanyiza mawimbi makubwa kama migongo ya nyangumi, ikaumeza mtumbwi wake na yeye mwenyewe. Lakini walimwengu hawakumwamini kwa vile tangu mumewe kufariki, Bibi Moshi hakubanduka ufukweni, alikuwa anakiomboleza kifo cha mumewe muda wote. Ndipo walimwengu wakaamini kuwa kitendo kile kilikuwa cha kichimvi. Ukiongezea na kipawa chake cha kusoma nyota za maisha ya watu, watu waliamini moja kwa moja kuwa kipawa chake ndicho kilichoutoa uhai wa mumewe. Fununu zilipoanza kusambaa kuwa alikuwa pia mchawi, maisha yake yakawa mashakani. Hivyo wito wa kwenda Arusha ulimwokoa. Asubuhi na mapema wakati kila mtu bado amelala, aliamka akakifunga kijumba chake na kufuli, funguo akaitupia machakani. Alianza safari kwa miguu kuelekea Tanga mjini, maana vibasi vya kumfikisha mjini vilikuwa bado havijaanza kufanya kazi. Nyota za mwisho mwisho zilikuwa bado zikimulika angani. Mkononi alibeba kikapu kilichokuwa na machungwa, kisu cha kuyamenyea, na chupa ya pombe ya mnazi. Mwilini alivaa shimizi tu, gunya moja alilikazia kiunoni, jengine alilitupia kichwani na mabegani, kwenye ncha ya gunya alifunga fundo lililohifadhia nauli ya kumfikisha Arusha. Akaendelea kuchapua mwendo. Kwa vile malapa yalikuwa yakiuchota mchanga wakati anazivuta hatua, aliyavua na kuyabania kwapani huku macho yameangaza mbele tu, hakugeuza shingo kushoto wala kulia, kugeuka nyuma ndiyo hata hakuwaza maana alikuwa bado akizisikia shutuma za wanakijiji wenzake. Udhaifu wake mkuu ulikuwa pombe, na alewapo, huongea maneno ya karaha. Bibi Moshi alisafiri salama na alifika Arusha salama. Alipofika Arusha alianza kunywa mbege maana pombe ya mnazi haikupatikana mkoa ule. Baada ya kulewa aliwataja wachawi wote wa kijiji alichotoka, aliwataja akina baba wote waliowahi kuzisaliti ndoa zao, aliwataja wasichana wote waliotoa mimba ili waendelee na masomo, aliwataja akina mama wote waliowashikizia waume zao mimba, aliwataja wezi wote waliokuwa wakiiba mihogo na mahindi mashambani mwa watu. Mwishowe alisema kwa ujasiri kuwa amejaaliwa kipawa cha kutabiri nyota hivyo watu wengi walimfuata waelezwe juu ya jaala za maisha yao, kazi ile ilimpatia tija ya kutosha. Waja wenye wivu wakaanza kumtakia mabaya, wakasema kuwa kipawa chake ni cha kishetani maana aliweza pia kutabiri vifo. Mwenyewe alijitetea na kusema, "Akuu, mimi si mshirikina." Alipaaza sauti, "Wananiita mshirikina kwa vile jamii haitaki kumwona mwanamke, tena aliye mkongwe, anaishi mwenyewe bila mume. Lakini mwanamume, tena mkongwe aishiye mwenyewe hakuna wa kusema neno. Huu ubaguzi wa kijinsia unanichosha mwili na roho." Alijitetea huku akichuruzikwa na machozi. Awapo kitandani, utamsikia akiimba nyimbo za zamani za taarabu, ataimba usiku kucha hata akatazwe mara ngapi, ilikuwa sawa na kuongea na sanamu. Mama Mirambo alimpenda sana huyu mama yake mdogo kwani kipawa chake cha kuona mbali kilimwepusha na majanga makubwa ambayo pengine yangeweza hata kuyahatarisha maisha yake.

Mama Mirambo aliomba pia msaada kutoka kwa wifi yake, Ntambiko Mirambo, jina la utani, Shangazi Tambi. Shangazi Tambi alikuwa na mwili wa wastani na mwenye urefu wa mlingoti kama kaka yake, Mzee Mirambo. Weusi wake ulikuwa wa kuzaliwa, upendo wake ulikuwa wa asili, ulitoka kwa Mungu kupitia kwake. Hakunung'unika wala kumshutumu mtu pasipo jambo la msingi. Aliwapenda sawa ndugu zake wote, wawe ni wa upande wake au upande wa wifi yake. Sifa yake kuu ilikuwa kuchapa kazi, humkuti amepumzika na papohapo kuna majukumu ya kutekelezwa. Kwenye suala hili, alitofautiana pakubwa na Bibi Moshi ambaye muda wote aliendekeza maneno kuliko vitendo.

Msaada mwingine aliupata kutoka mdogo wake, Joshua Jackson, jina la utani, JJ. Kuvunjika kwa ndoa yake kulimfanya Mama Mirambo ajisikie mpweke sana hivyo alitaka kuishi pamoja na ndugu zake, kila siku aliwazia kuongeza ndugu kwenye nyumba yake, lakini binti yake mkubwa, Maida, alimkataza kwa kumkumbusha suala la uchumi, "Hatuwezi kukaribisha ukoo mzima hapa nyumbani, mama, nani atawalisha na kuwavisha?" JJ alikuwa mkimyamkimya na mchapa kazi maridadi. Alihakikisha nyumba ya dada yake inapendeza nje na ndani, aliyapalilia maua ya bustani kila siku na kisha kuyanyweshea kila siku hata kama mvua inanyesha. Akitoka hapo, atakwenda shambani kulima mpunga ili amsaidie dada yake kiuchumi. Kwa bahati mbaya, yeye pia alikuwa na udhaifu wa kunywa pombe kama Bibi Moshi.

Mama Mirambo alipata msaada wa kifedha kutoka kwa mdogo wake mwingine wa kiume, Justus, jina la utani, Jombi. Kazi yake ya uhakimu katika Mahakama Kuu ya Umoja wa Mataifa mjini Arusha haikumpatia tu wadhifa, bali ilimdhatiti pia kiuchumi. Alipenda kuvaa suti muda wote na tai ya rangi nyekundu au nyeusi tu. Hakuvaa makubadhi au malapa hata jua liwake namna gani, raba pia hakuwahi kuwa nazo, yeye alivaa viatu vya kung'aa, vya ngozi tu. Jua liwakapo, miale iliangukia kwenye viatu vyake na kuving'arisha kama ing'aravyo nyota ya alfajiri. Gari lake lilikuwa kubwa ungedhani amejaaliwa watoto wasiopungua watano, lakini hakuwa na hata mtoto mmoja. Hulka ya kwenda kwenye majumba ya watu hakujaaliwa, atokapo kazini hurudi nyumbani na kuendelea kufanyia kazi nyumbani. Lakini tangu dada yake, Mama Mirambo, ahamie Arusha, alipata sababu ya kutoka nje, akawa anakwenda kuwajulia hali kila Jumamosi. Hakuwahi kwenda kuwatembelea mikono mitupu; mifuko ya viazi, mchele, vitunguu, paja la mbuzi na mafuta ya kupikia vilipangwa kwenye buti la gari na kijana wake mtunza bustani. Pesa kwake haikuwa hoja, Jombi alikuwa Zee la Noti, tena zee la noti la kikwelikweli. Hata hivyo, hakutoa pesa zake ovyo ovyo, masharti aliyoyatoa ndipo akupatie pesa yake yalikuwa magumu kuyatekeleza, na anapokushauri jambo, ulitakiwa uwe na roho jasiri maana mikakati anayokuwekea ilikuwa sawa na kutembea juu ya mikaa ya moto.

"Hamia huku Arusha niliko, dada." Alisema Jombi kwa msisitizo. "Ajira ni nyingi sana huku kulinganisha na huko Tanga ulipo." Alipenda kumshawishi dada yake kidiplomasia aihame Tanga, hakukata tamaa hadi dada yake alipoukubali ushauri wake.

"Mimi pia nimesikia lakini hata sina uhakika." Alisema Mama Mirambo kwa sauti ya huzuni maana hakutaka kuihama Tanga.

"Uza nyumba yako mara moja kisha njoo huku nilipo, dada. Usihofu."

"Haya nitaanzia wapi, mdogo wangu?" Mama Mirambo alianza kuleta sababu za kumkaliza kule Tanga.

"Una maana gani, dada? Wewe si una shida, na mimi nimejitoa muhanga kukusaidia, sasa mbona unayumbayumba namna hii?"

"Sidhani kama pesa nitakayoipokea itatosheleza kununua nyumba nyengine huko Arusha, maisha ya huko Arusha kila mtu anayafahamu kuwa yako juu kama nini!" Mama Mirambo alipatwa na mashaka.

"Usijali wala usihofu, dada. Nimekuahidi kuwa nitakusaidia. Wewe uza hiyo nyumba yako huko Tanga, fungasha vitu vyako, halafu njoo huku Arusha. Niko kwa ajili yako. Nitakutafutia ajira yenye maslahi mazuri. Nyumba pia utapata."

"Una uhakika, mdogo wangu?" Wasiwasi ulimtesa huku kisebusebu na kiroho papo kimemshikilia.

"Kazi ya uhotelia unaijua vizuri sana, dada. Hoteli za kitalii zipo za kumwaga huku Arusha. Utapata kazi, usihofu, njoo, wewe njoo tu kwanza."

"Nina mashaka sana, mdogo wangu." Roho ilimtapatapa kama kuku wa kafara aliyekwidwa shingo na mganga wa kienyeji.

"Wewe njoo kwanza, dada, njoo! Mambo mengine yoote niachie mimi."

"Kuja bila kujipanga, mdogo wangu! Mchezo huo mimi siutaki" Alijitetea lakini papohapo pia hakutaka kumkwaza mdogo wake. Hakujua ashike kipi aache kipi.

"Nitakuongezea pesa popote itakapopelea ili ununue nyumba yako mwenyewe. Ni hilo tu, dada yangu."

"Basi hapo sawa, mdogo wangu." Alitokwa na pumzi ya ridhia.

"Dada bwana!" Jombi alicheka kwa jamu. "Kipindi chote hiki nimekuwa nikikwambia kuwa nipo kwa ajili yako, nikiwa na maana kwamba nitakugharamikia hata ukitaka kila kitu. Au hukunielewa?"

"Nilikuelewa nusunusu tu, mdogo wangu. Mimi sitaki kufanya mambo kwa kubahatisha. Kumbuka kuwa niko mwenyewe hivi sasa, sina mume, sina kazi, ni hii nyumba tu ndiyo mtaji wangu mkuu. Hivyo niamuapo kuiuza, lazima kwanza nijue nitapata wapi nyingine. Mambo ya kubahatisha siyawezi, nina wana wa kuwalisha, wa kuwapeleka shule na kuwavisha, kuna huyu Maida, kuna huyu Jeni, kuna huyu Malaika, na kuna huyu kitinda mimba, Oliver. Binti wangu mwingine, Rehema, huyu atabaki hapa Tanga maana keshapata mume tayari, hivyo hanipasui kichwa. Sasa watoto wote hawa peke yangu, huoni kwamba nina mzigo mkubwa sana? Kwa hivyo siwezi kufanya mambo kichwakichwa tu, nitaumbuka, halafu ntalia na nani mimi?" Alitamani kucheka lakini hali yake ya kiuchumi haikumruhusu kucheka bali kudondokwa mchozi.

"Damu nzito kuliko maji, dada. Siwezi kumwacha dada yangu juani wakati mimi kaka yake nafaidi vinono kivulini. Hapana! Nimejitoa muhanga kwa ajili yako na ninakuahidi kuwa hutotangatanga na dunia madhali mimi mdogo wako bado niko hai."

"Hayo ndiyo maneno sasa, mdogo wangu. Mungu atakujaza."

Nyumba ya Mama Mirambo ilikuwa kubwa ya kuwatosheleza wote. Alikuwa na chumba chake mwenyewe chenye choo na bafu lake mwenyewe. Bibi Moshi na Shangazi Tambi walikuwa na chumba chao wenyewe. Maida, Jeni na Malaika walichangia chumba kimoja. JJ na Oliver walikuwa pia na chumba chao wenyewe, maliwato yalikuwa ya kuchangia. Miaka ya kwanza ya kuishi Arusha ilikuwa mtihani kwao, hali ya hewa ya ubaridi iliwatesa maana hapo awali, wote walikuwa wakiishi katika mwambao wa Bahari ya Hindi. Shangazi Tambi aliishi Horohoro, mpakani mwa Kenya na Tanzania, si mbali na Bahari ya Hindi. Bibi Moshi, yeye ndiyo kabisa, vyombo alivioshea ufukweni mwa bahari. Mama Mirambo na wanawe pia hawakuishi mbali na bahari, waliyasikia mawimbi ya bahari kwa kutokea mbali. JJ aliishi mji wa Pongwe lakini kabla ya hapo, alikuwa akiishi Tanga Mjini maeneo ya Bombo, hivyo vikumbo vya bahari alivisikia bila shida. Msimu wa baridi ya Arusha ulipowadia, walitamani wasitoke nje, mvuke uliwatoka vinywani waongeapo. Waliwashangaa wenyeji wazungukavyo mitaani huku wamevaa viguo vyepesivyepesi wakati baridi inazizima hadi mapafuni. “Mtazoeya,” Jombi aliwatia moyo.

Baada ya miezi kadhaa, tatizo kubwa lilijitokeza kwenye nyumba ya Mama Mirambo ambalo halikujitokeza wakati wa kuinunua. Walikuja kugundua baadaye kabisa kuwa kitongoji walichoishi kilikuwa na ardhi ya tindiga iathiriyo nyumba zilizojengwa vibaya. JJ alimuahidi dada yake kukabiliana na changamoto ile. Alichimba mitaro iliyozunguka nyumba nzima na kisha kuijaza zege ili kuliondoa lile tindiga. Jombi akawa anatuma pesa ili kazi ile ifanikishwe. Yeye mwenyewe aliishi Arusha mjini na mkewe, alikuja mara moja kwa mwezi kuwajulia hali nduguze. Mkewe hakutaka kuambatana naye kwani hakutaka kutunza uhusiano wa karibu na ndugu wa upande wa mumewe. Jombi alipokuja kuwatembelea mara ya mwisho, Mama Mirambo alijua mara moja kuwa mdogo wake lazima atakuwa amefikwa na matatizo fulani maana hakuwa mcheshi kama ilivyokuwa kawaida yake.

“Kuna shida gani, mdogo wangu?” Mama Mirambo alimvutia nje kumdadisi.

“Ni kazi tu, dada. Majukumu ni mengi sana.” Aliongea kwa tuo.

“Hapana, Justus, mdogo wangu. Mimi nakufahamu tangu utotoni. Ukosapo amani, moyo wangu pia hautaki, hebu yaseme masahibu yako.” “Ni majukumu ya kazi tu, dada. Niamini.”

“Uwapo tayari kuliongelea, basi jua ya kuwa dada yako nipo kwa ajili yako, sawa?”

Jombi hakujua ampe jibu gani, badala yake aliongelea kuhusu safari ya ughaibuni.

“Juma lijalo nitasafiri kwenda Uholanzi, kikazi.”

“Kurudi itakuwa lini?”

"Baada ya robo mwaka."

"Eti nini Justus, umesema baada ya robo mwaka! Muda wote huo, mdogo wangu?"

"Hizi kazi za kimataifa ndivyo zilivyo, dada."

"Sasa tukipata shida, nani atatujali, mdogo wangu, ilhali unafahamu kuwa wewe ndiyo nguzo yetu kuu?"

"Nimesha panga kila kitu, dada, usihofu. Hakimu mwenzangu, yule baba wa Kisenegali, atakuwa akija kila mwezi kuwaletea matumizi. Tunaelewana vizuri sana."

"Namfahamu, si ulikuja naye mwezi jana kumfahamisha?"

"Barabara! Basi huyu ndiye atakayekuwa akija kuwajulia hali kwa niaba yangu."

"Nimekuelewa, mdogo wangu, ahsante sana."

"Usihofu kabisa, dada. Nitakuwa pia nikiwapigia simu, kuwajulia hali." "Nenda na urudi salama, mdogo wangu. Mungu akutangulie." "Amina!"

* * *

Aliporudi kutoka ughaibuni, hakukawia kwenda kuwajulia hali nduguze. Mama Mirambo na Shangazi Tambi hawakupendezwa na hali ya unyonge unyonge aliyokuja nayo.

"Justus, mdogo wangu, mbona umnyonge namna hii, kunani?" Dada yake alimdadisi huku amemkazia macho. Jombi hakuwa na ujanja tena bali kutoboa siri.

"Ndoa yangu inayumba kwa sasa."

"Unaona sasa Justus, unaonaa!" Mama Mirambo alisema kwa taharuki. "Nilijua mara moja kuwa kuna jambo fulani tangu siku ile uliyokuja mara ya mwisho, unakumbuka, mdogo wangu?"

"Nakumbuka kila kitu, dada."

"Hebu tufafanulie kwa marefu na mapana mwanangu, unaposema ndoa yako inayumba, inayumba yumbaje, hebu tueleze ili tukusaidie pale tuwezapo." Shangazi Tambi alidadisi huku viganja vimekumbatia nyonga.

"Langu sikio nimesha litega tayari, nasubiri kusikia habari yote, kuanzia matandu hadi makoko." Bibi Moshi alisema kwa kumkazia jicho huku akiendelea kumumunya ugoro wake.

"Kumbe wakati mimi niko safarini kikazi, huku nyuma, mke wangu alikuwa akiisaliti ndoa yetu na huyu mfanyakazi mwenzangu wa Kisenegali." Sauti ilikuwa ya kinyonge. "Halafu mchezo huu walishauanza kabla ya mimi kusafiri. Nilikuwa ninahisi jambo lakini sikuwa na uhakika wa kutosha, nikaamua kuwa mvumilivu kwanza."

"Eti nini! Hata siamini niyasikiayo." Mama Mirambo alimwonea huruma mdogo wake, macho yalipepesa kwa kutafakari. "Yaani huyu rafiki yako aliyekuwa akija kila mwezi kutuletea mahitaji ndiye huyuhuyu aliyekuchoma kisu mgongoni? Ama hakika umdhaniaye siye kumbe ndiye."

"Sasa una mpango gani?" Shangazi Tambi aliendelea kudadisi.

"Huyo ni wa kutaliki mara moja!" Bibi Moshi alisisitiza. "Hatumtaki, mrudisheni kwao mara moja, hatutaki mwanamke kiruka njia sisi, ni aibu!" Alisisitiza tena.

"Jambo la kupeana talaka nadhani tumwachie Justus mwenyewe." Alisihi Mama Mirambo kwa sauti ya upole.

"JJ yuko wapi?" Jombi alibadilisha maongezi ili asizidi kuitesa roho yake.

"Mdogo wako hashikiki siku hizi." Bibi Tambi alimjibu kwa uso wenye jazba.

"Kaharibu kipi tena huyu bwana, mdogo wangu?" Akajiketisha kitini.

"Mdogo wako kawa komba tangu siku nyingi sana, kawa mlevi wa kupindukia. Hata nyumbani haji siku hizi." Shangazi Tambi alimtanabahisha.

"Tabia gani tena hii!" Hakimu alihamaki. Akatoa leso ya mkono kulipangusa jasho pajini.

"Na ikiwa kaonekana humu ndani, basi ujuwe kaja kutafuta chakula au hana pesa ya kununulia hayo makangara yake." Bibi Moshi alimfahamisha.

"Mpuuzi sana huyu! Hafahamu kuwa anaharibu afya yake namna hii." Shangazi Tambi alilaani.

"Huwa anakuja kutuona, ila si aghalabu." Mama Mirambo alijaribu kumtetea mdogo wake.

"Isitoshe, hali yake wala haijakaa vizuri. Kakondeana, kazeeka, ananuka gongo." Bibi Moshi alidakia.

"Tembo lishamtopea kabisa huyu ndugu." Shangazi Tambi alimhakikishia Jombi.

"Basi mtafuteni, mkimpata, mwambieni asiondoke hadi nije nionane naye. Juma lijalo, siku kama ya leo, nitakuja kulala tupate muda wa kutosha wa kulijadili."

"Lingekuwa la kiungwana mwanangu." Bibi Moshi alimsifia, kisha alinyanyuka na kutoka nje kutema machicha ya ugoro.

Juma la kesho yake, Jombi aliwasili kama alivyoahidi. Kwa bahati mbaya hakumkuta JJ kwani hakuna aliyefahamu huko aliko. Jombi alishinda kutwa nzima, jua lilipozama, aliazimia kuondoka. Hakuwa mchangamfu hata kidogo. Shangazi Tambi alichukua fursa ile kutaka mrejesho wa ndoa yake.

"Haya tuambie juu ya ndoa yako, umefikia wapi?"

"Mama watoto amekiri, amesema kuwa mtoto aliyemzaa si wangu bali wa huyu mfanyakazi mwenzangu mnayemfahamu."

"Ama hakika *kikulacho ki nguoni mwako,*" Mama Mirambo alimsikitikia mdogo wake.

"Naamini umeshamcharazia talaka huyu mwanamke ili asikutaabishe akili na roho, au?" Bibi Moshi hakufanya masihara.

"Ndiyo tuko kwenye hatua hiyo ya kupeana talaka."

"Maana huku ni kudhalilishana tu mwanangu, huyo bibi hakufai tena. Mrudishe kwao." Alisisitiza Bibi Moshi.

"Masuala ya kupeana talaka ni magumu na huchukua muda sana. Inabidi kuitunza subra." Hekima ya Justus ilitawala nyumba nzima.

"Sasa umuulizapo sababu ya yeye kukusaliti anajitetea vipi?" Shangazi Tambi alidadisi huku viganja vinasiribana.

"Kwani hata tunaonana tena basi shangazi?"

"Una maana gani?" Shangazi alishangaa.

"Niliporudi nchini, hata nyumbani sikumkuta tena."

"Usikute keshahamia kwa huyo hawara yake, au nimekosea?" Bibi Moshi alidakia.

"Barabara bibi."

"Kaniudhi sana huyu mwenziyo." Shangazi Tambi aliongezea.

"Lakini nisingelipenda kulizungumzia kiundani hadi hapo masuala ya talaka yatakapokamilika."

"Nakutakia kila la kheri, mdogo wangu. Mungu atakulipia na kukusimamia." Mama Mirambo alimfariji mdogo wake kwa sauti ya tuo. "Basi tuliache kwanza. Nitawataarifu pindi kila kitu kitakapokamilika."

Sura ya 3

Subira Yavuta Heri

Rafikiye Malaika, Joyce Rodriguez alikuwapo pia nyumbani wakati Justus amekuja kushinda. Hapo awali, Joyce alivunja urafiki na Malaika baada ya Malaika kumshauri asikubali kuolewa na kijana mmoja, kwa jina Haruna. Haruna alikuwa mume wa wake watatu tayari, Malaika akamsihi Joyce atafute mume wake mwenyewe, Joyce akakwazika ndipo akaamua kukata mawasiliano na Malaika. Lakini tangu Joyce kumfahamu Haruna kwa kina na kugundua kumbe alikuwa pia na masuria wanne pembeni ya wake zake, hakukubali tena kuposwa naye. Akamtafuta tena Malaika kumwomba radhi, alimsihi waurudishe tena urafiki wao. Malaika akamkunjulia mikono. Jombi alipomwona Joyce anapitapita mule ndani, alivutiwa, akamwita Malaika kumdadisi. "Ni nani huyu anko?" Macho yalimpepesa. "Ni rafiki yangu wa miaka mingi." Malaika alihisi kitu, akaanza kutabasamu, mjombawe halikadhalika. Wakatoka nje kupunga upepo, akachukua fursa ile kumweleza kila kitu kumhusu huyu Joyce. Jombi alimsikiliza kwa umakini kama asikilizavyo kesi za mahakamani kule kazini kwake. "Baba yake ni rafiki mpenzi wa baba, nimemfahamu Joyce kupitia baba. Ni msichana mwema sana, hana makuu, haringi, hajivuni." Alimalizia. "Usimwambie mtu kuwa nimekuuliza kuhusu huyu msichana." Alisisitiza. "Namwambia nani Jombi? Halimuhusu mtu." Tangu Jombi kumuona Joyce, akawa anakuja kuwatembelea kila mwisho wa juma, na kulala hadi Jumapili jioni. Malaika naye akawa anahakikisha kuwa Joyce pia anakuja kila wikiendi kulala hadi Jumapili. Kupendezwa kwake na Joyce kulimsukuma Jombi kufuatilia suala la Malaika la kuendelea na masomo.

"Tatizo ni ada tu, Jombi. Ikipatikana tu, nitajiunga na shule mara moja."

"Ni shilingi ngapi kwa mwaka?" Alidadisi.

"Dada Maida ndiye ajuaye kila kitu." Roho ya Malaika ilichanua kama waridi.

"Basi muulize ili nione kama nitaweza kukugharamia. Umesikia Malaika anko wangu?"

"Ama hakika *subira yavuta heri!*" Alibaki kujisemea mwenyewe huku tabasamu pana limeutanda wajihi wake. "Natanguliza shukurani zangu za dhati Jombi!"

"Usijali kabisa Malaika, shule utakwenda, ada nitakulipia mimi, tena yote kabisa. Elimu ni ufunguo wa maisha, elimu ni uti wa mgongo."

"Mimi pia nataka kuwa hakimu katika Umoja wa Mataifa kama wewe Jombi!" Tabasamu pana halikumtoka usoni.

"Maliza kwanza masomo yako ya sekondari. Na ukibahatika kufaulu, basi nitakupeleka ng'ambo ukasomee sheria." Maneno yale yalizidi kumtia wazimu Malaika. "Ahsante sana Jombi wangu. Nitajitahidi kadiri ya uwezo wangu, sitakuangusha." Uhusiano baina ya Malaika na mjombawe ulizidi kuchanua. Jombi alimhitaji Malaika ili amfahamu Joyce kiundani zaidi. Malaika naye alimhitaji mjombawe ili kuyatimiza malengo yake ya kuendelea na masomo.

* * *

Maisha yaliendelea katika familia ya Malaika. Kila mmoja aliwajibika kwa kadri ya uwezo wake katika kulisukuma gurudumu la maisha, kila mmoja alimhitaji mwingine. Licha ya kwamba tatizo la ulevi kwenye familia liliyumbisha baadhi ya ndugu, Malaika alitiwa moyo kupitia ile methali ya *umoja ni nguvu, utengano ni udhaifu,* hivyo alijitahidi kumshauri JJ aachane na anasa ya pombe. Kadhalika alimsihi bibi yake aachane pia na pombe. Mema na mabovu ya ndugu zake yalimwongoza katika kuyaweka malengo bora ya maisha yake ya baadaye. Aliyathamini maadili ya bibi yake kuwa, 'Usiogope kujaribu kufanya jambo ambalo unaamini litakusukuma mbele kimaisha. Usiogope kusema hapana kwenye jambo unalohisi halikufai. Usimwogope mtu kutokana na cheo chake, mbari yake au jinsia yake. Tenda wema halafu nenda zako, usingoje shukurani. Jiheshimu, utaheshimika.' Shangazi yake alikuwa pia na maadili nyeti ambayo Malaika aliyakumbatia kama kuku akumbatiavyo vifaranga vyake, 'Mtangulize Mungu kwenye kila ufanyalo, sali kabla ya kulala, uamkapo sali pia, umtangulizapo Mungu, hakuna wa kukuyumbisha.' JJ naye alipenda kumwambia kuwa, 'Nenda uendako lakini usisahau kwenu. Dunia ni kama bahari, nyumbani ni kama mnara wa taa ukuonyeshao nchi kavu ilipo, dunia ikikushinda, geuza, rudi nyumbani.'

* * *

Kazi ya uhotelia ya Mama Mirambo ilitunza familia nzima. Kwa bahati nzuri, Maida alipata ajira ya ualimu. Mwaka mwingine tena, alipandishwa cheo na kuwa Mwalimu Mkuu wa Shule ya Sekondari ya Kata. Takriban mwaka mmoja, alifunga ndoa na kuhamia kwake, muda wa kuwatembelea ndugu zake ukawa mchache sana lakini aliwajali kwa hali na mali. Bibi Moshi, Shangazi Tambi na JJ walikodisha shamba la kulima mpunga. Tija ya Bibi Moshi na Shangazi Tambi ilisaidia katika kuitunza familia pia. JJ yeye hakuchangia kitu chochote, pesa yake iliishia vilabuni tu. Tembo lilishamtopea tayari, afya ikaanza kuathirika, alikonda, mabega yakapanda juu, ngozi ilimpauka, midomo kumchubuka, lakini hakushaurika. Hakuonekana tena nyumbani kwa dada yake. Siku aliyobahatika kurudi, Mama Mirambo alimwomba wawe faragha kwani alikuwa na machache ya kumuuliza. "JJ, mdogo wangu, tabia gani hii jamani unayoifanya. Unatutia aibu kila mahali. Walimwengu hutunyooshea vidole kila watuonapo mitaani, hawachoki kutusengenya. Nakushauri na ninakusihi pia uwache tabia ya kuendekeza pombe, mdogo wangu. Kangara litakuja kukuvua uhai siku moja, niamini, mdogo wangu." Si dua, si maombi, si shutuma, si ushauri na wala si machozi vilisaidia kumtoa kwenye gereza la anasa yake. Kwa vile hakutaka kuusikia ushauri wa dada yake, alikata mguu moja kwa moja kufika nyumbani kwa dada yake. Waliomfahamu, walikuja nyumbani kutoa taarifa kuwa kakutwa njiani, kajilalia tu. Mara kakutwa machakani, mara kakutwa nje ya vilabu au kakutwa katikati ya barabara. Bibi Moshi hakuvumilia tena, aliukamata ufagio wa njiti na kumfuata kulekule alipo. "Hebu nionyesheni huyu mwehu ili nimshikishe adabu yake!" Naye Shangazi Tambi aliishika ndoo ya maji huku usoni imemtwaa ghadhabu. "Nipelekeni huko aliko ili nikamfundishe adabu yake, mpuuzi sana huyu!" Mama Mirambo aliwakataza kwa kuwalilia chonde.

"Siioni sababu ya kumuadhibu zaidi, udhaifu wake wa kunywa pombe ni pigo tosha." Baada ya miezi michache, alirudi tena nyumbani, afya yake iliwahuzunisha ndugu zake wote. Dada yake alimlazimisha akaoge kwanza ndipo apatiwe chakula. Mama Mirambo hakuchoka kumshauri amkemee huyo pepo anayemzuga akili na kumpeleka kwenye vilabu vya pombe. Hatimaye alimshauri arudi kwanza Tanga kwani kule alikuwa na rafiki wengi kuliko kule Arusha. "Kule Tanga una rafiki wengi, usikute pengine una hamu nao?" JJ alimkatalia kwa kukitikisa kichwa kabla hajatamka neno. "Hapana dada, sina shida kabisa. Sina haja wala hamu ya kurudi tena Tanga. Arusha ni nyumbani tayari. Tanga ilikuwa jana."

"Sasa vipi unafanya mambo ya kijinga namna hii, mambo ya aibu, ya fedheha, mdogo wangu?" Alimuuliza kwa sauti ya utulivu. "Au kuna jambo linaloitesa roho yako? Naomba usinifiche chochote, tutasaidiana kulipatia utatuzi."

"Hapana, dada. Hakuna lolote linitesalo, moyo wangu maridhawa kabisa."

"Au ni kwa vile huna mke, huna mji wako mwenyewe. Sema tu, mdogo wangu, usiogope. Halafu kama hiyo ndiyo hoja, tutatafuta njia ya kuitatua."

"Hapana, dada, sina, sina shida kabisa."

"Sasa mbona umeharibikiwa kiasi hiki, mimi nashauri kuwa ubora urudi kwanza Tanga, utafutiwe mke, mjenge familia yenu wenyewe. Maisha ya kule Tanga yana unafuu kidogo kuliko hapa Arusha, kule utaweza kununua shamba, ulime, maisha yaendelee. Unasemaje kuhusu wazo hili?"

"Kama hoja ni mke, mbona wapo wa kutosha hapa Arusha, dada! Sina haja ya kurudi Tanga kwa ajili ya kupata mke." Alitabasamu kwa kujilazimu. Mama Mirambo hakujua afanye nini. Siku zilipita na majuma kuyoyoma, lakini JJ hakubadilika hata kidogo, kinyume chake, alizidi kuharibikiwa, alidiriki hata kukopa pesa pale alipopungukiwa alimuradi tu asikose walau buli la pombe kwa siku. Chakula hakula vizuri kwani akili yake yote ilikuwa kwenye tembo tu. Alipojaaliwa kurejea tena nyumbani, alikuwa pekupeku, makanyagio yalimpauka ungedhani yamepakwa jivu, shati lilinuka matapishi ya pombe tu. Mama Mirambo alipobaini kuwa hakuweza tena kumshauri mdogo wake, alimwagiza Jombi aje haraka sana, pengine yeye angefanikiwa kumshauri mdogo wao. "Njoo haraka sana Justus, mdogo wangu. Pengine wewe atakusikiliza kwa sababu ni mwanamume mwenziye." Sauti ilikuwa ya pupa alipoongea naye kupitia *rununu*.

"Nina majukumu mengi sana kwa sasa. Sitaweza kuja."

"Sasa una mpango wa kuja lini maana sote tunakusubiri."

"Nipatapo muda tu, nitakuja mara moja."

Malaika pia alishangazwa sana na utoro wa mjombawe, alipatwa na wasiwasi kuwa pengine ndoto yake ya kuendelea na masomo imepiga chini maana mjombawe hakuonyesha tena hamu ya kumwona Joyce, na wala hakutaka kuja nyumbani. Afya ya JJ ilizidi kwenda kombo, alianza kukohoa bila mpangilio, akakonda na kutisha. Hatua alizopiga zilikuwa za kinyonga. Nduguze wakamchukua hadi Hospitali ili wafahamu anasumbuliwa na tatizo gani kando ya ulevi wake. Shangazi Tambi akasema lazima

Jombi atafutwe haraka sana maana hapakuwa na mwingine wa kugharamikia matibabu ya JJ. Hata hivyo Jombi hakulitilia maanani suala la mdogo wake. Ndipo Mama Mirambo akamfungia safari hadi kazini kwake.

"Hali ya JJ siyo nzuri hata kidogo, tunahitaji msaada wa pesa ili tumuwahishe Hospitali, akafanyiwe vipimo, tufahamu anasumbuliwa na shida gani?" Alimweleza mdogo wake.

"Siwezi kuja nyumbani kwa sasa, dada, nimetingwa na majukumu. Nafahamu kuwa hali si nzuri nyumbani, lakini huku kwangu pia kunateketea."

"Ni yale masuala ya ndoa yako, Justus, au nimekosea?"

"Naam, lakini majukumu ya kazi pia yamenielemea sana."

"Basi naomba tupatie pesa kidogo ili JJ apelekwe Hospitali kupatiwa vipimo, mimi sina hata ndururu kwa sasa. Mshahara wangu wote unalisha nyumba nzima."

"Pesa siyo hoja, dada. Subiri kidogo, nipe kitu kama nusu saa. Ingia ofisini mwangu, keti, dada. Utulize moyo wako." Kisha alimwita karani wake amhudumie dada yake.

"Chai au kahawa mama?" Sauti ya karani ilikuwa changa kama ya mwanafunzi wa shule ya msingi, alikuwa mwembamba kama penseli, viatu vyake vya mchongoko vilitoa sauti kali ya kukwaruza. Kichwa alikivika wigi akafanana na wacheza filamu wa kike nchini Marekani. Nukato alilojipaka lilikuwa tamu, Mama Mirambo aliamini lazima amezawadiwa na bosi wake, yaani Jombi. Heshima ya karani yule ilimpendeza Mama Mirambo kiasi cha kutamani awe wifi yake.

"Kikombe cha chai kingenitosha kabisa, mwanangu."

"Mpe dada yangu biskuti na tende, juu ya kabati la vile vitabu vyangu vya sheria kuna kasha la mbao. Lifungue."

"Nafahamu bosi. Nitafanya hivyo."

Baada ya nusu saa, Jombi alipata muda wa kumjali dada yake. Akampatia pesa ya kumpeleka mdogo wao Hospitali, dereva akaagizwa amrudishe nyumbani. "Mpitishe kwanza Soko Kuu akanunue mahitaji yake yote ya nyumbani." Jombi alimwagiza dereva huku akimpatia kibunda cha pesa.

"Bila wasi bosi."

"Mume wa karani wangu huyu, dada." Jombi alimweleza dada yake bila kumwangalia, kisha alisema ana mkutano wa kimataifa kwenye dakika chache zijazo. Wakaagana. Mama Mirambo alituna kichwa kwa ufahari, cheo cha mdogo wake kilikuwa ni chake pia, aliamini. Alipoketi garini, kifua kilimtangulia mbele kwa ufahari. Dereva alimfikisha Soko Kuu, akanunua kikapu kipya na kumuuliza Mama Mirambo angependa kupata mahitaji gani. Kila allichokitaka, kilinunuliwa. Walipofika garini, dereva alimshikia mlango ili apande kwa nafasi. Akamwendesha mpaka kwake, vikapu vya vyakula vikateremshwa na kuingizwa ndani. Bibi Moshi alipiga vigelegele ungedhani bibi harusi ameingia ndani, Shangazi Tambi aliinua mikono juu kumshukuru Mungu kwa baraka zake. Malaika na Jeni walipanga vitu vyote kabatini, ndani ya jokofu na vyengine kuvipeleka stoo. Alasiri ileile, Mama Mirambo alimtuma kijana wa mtaani akamtafute JJ. "Hakikisha umekuja naye, sawa mwanangu?" Yule kijana alimwitikia huku akipokea noti aliyominyiwa mkononi. Akadandia baskeli yake na kukatiza mitaa kama mwehu. JJ alipowasili, shangazi Tambi aliingia chumbani mwake kulia kwanza maana hali ya JJ ilitisha, harufu aliyokuja nayo ilikuwa uvundo mtupu. Mama Mirambo alikuwa akipambana na machozi. Jeni alimtengea maji bafuni ili akoge kwanza. Mama Mirambo akamtafuta tena yule kijana aliyemtuma kwenda kumtafuta JJ ili amtume kwa kinyozi. Akasema yeye pia anajua kukata nywele, akawahi dukani kununua kiwembe, JJ akanyolewa kichwa chote, kichwa kilikuwa na umbo la fuvu maana ilibaki ngozi na mifupa tu, macho yalikuwa makubwa kuushinda uso, alipotabasamu, makunyanzi yalifikia hadi masikioni. "Umekondeana JJ, lakini haya yote umejitakia mwenyewe!" Bibi Moshi hakumbakiza, alisema kwa sauti ya hasira maana hakuuvumilia tena mwenendo wake. "Namna hii huna maisha marefu, hata sijui niseme nini JJ, wewe ni mtu mzima mwenye akili timamu, utakubalije pombe ikutawale namna hii?" Alimsakama jioni nzima. "Mimi pia mnywa pombe, lakini si kama wewe, wewe mwenzangu umenishinda, umeharibikiwa moja kwa moja. Unatutia aibu mji mzima. Unavyofanya sivyo JJ, jirekebishe bwana!" JJ alimpuuzia tu huku akiendelea kukata kucha za miguu." Shangazi Tambi alimsemesha kiungwana, "Jirekebishe mwanangu. Nakusalia kwa Mungu kila siku akuepushe kwenye balaa hii." Bibi Moshi alikuwa bado hajamalizana na JJ, "Mambo ya kujitakia hayana msamaha JJ, wengine labda watakuonea huruma lakini mimi sikuonei huruma hata kidogo maana umejitakia mwenyewe. Wahenga hawajakosea waliposema, *la kujitakia halina majuto.* Sasa kazi kwako." Akaondoka kwenda maliwatoni, alipotoka, alikuwa anamumunya ugoro wake.

Walifanikiwa kumpeleka JJ hospitali. Majibu yalipotoka, hayakuwa mazuri, vipimo vilionyesha kuwa JJ anaugua maradhi ya ini na kifua kikuu. Habari ile ilimtia hofu kubwa mno, akawacha mara moja tabia yake ya ulevi. Tena aliamua hata kuokoka kwa vile alikuwa tayari amechungulia kaburi. Hata hivyo, uamuzi ule ulikuwa umeshachelewa sana, mauti yalimuandama kila siku kama kivuli chake mwenyewe. Ndugu zake wote hawakuwa tena na mashaka kuwa JJ ni wa kuhesabiwa siku tu. Maradhi yalimtesa kiasi cha kushindwa kuongea vizuri. Bibi Moshi alimuombea umauti wa haraka ili asiendelee kutaabika. Mama Mirambo hakuchoka kumuomba Mungu amponye mdogo wake. Shangazi Tambi alimuombea kifo cha amani maana hali aliyokuwa nayo haikuwa hali tena. Hata hivyo, kifo chake hakikuwa kizuri kama alivyoombewa na Shangazi Tambi, aliteseka hadi dakika ya mwisho, alitapatapa huku akihema kwa kasi kama swala mtoto, mapafu yalitoa sauti kila aitafutapo pumzi, jasho lilimchuruzika mwili mzima, alipokohoa, makohozi yalikuwa damu tupu, damu mbichi, damu ya mauti. Kizunguzungu nacho kilimtia pingu kitandani. Hatimaye, aliomba akafie nyumbani na si Hospitali. Siku mbili tu baada ya kufikishwa nyumbani, asubuhi na mapema, kabla jogoo wa saa kenda hajawika, roho ya JJ iliacha mwili. Kifo chake kilikuwa pigo jengine kwa Mama Mirambo na familia nzima kwa ujumla. Mama Mirambo aliomboleza kila siku, *"Ni kheri kufa macho kuliko kufa moyo, damu nzito kuliko maji,* hata kama mdogo wangu amejitakia mwenyewe haya yote, si hoja, bado ni mdogo wangu, tena mdogo wangu wa damu, amenipokonya ziwa, tumecheza pamoja, tumedokoa nyama pamoja chunguni, tumefukuzana pamoja mitaani, ee Mungu nitaishije mimi bila JJ wangu! Nani atanirudishia mdogo wangu jamani!" Malaika alilia pia lakini si kutokana na kifo cha JJ bali kutokana na jinsi mama yake alivyokuwa akiomboleza. "Jikaze wifi, jikaze." Shangazi Tambi alimfariji huku yeye pia akiyapangusa machozi yaliyokuwa yanamchuruzika bila msamaha. Jeni na Bibi Moshi walijikunyata uani huku wameelekeza nyuso ukutani kama vile walikuwa wanaiepuka ile habari ya kifo, hawakusema chochote, chozi halikuwatoka bali walikuwa wamejigubika gubigubi na matenge yao. Ilikuwa dhahiri kuwa kifo cha JJ kimewatia hofu iliyowakakamaza mwili na roho.

Mwezi tu baada ya maziko, asubuhi na mapema, Bibi Moshi alikurupuka kitandani akiwa mwenye hasira isiyo kifani, alimtaka Jombi aje mara moja, nia yake ilikuwa kumshutumu kwa kutokuja kumkanya mdogo wake aache tabia ya ulevi kwani alikuwa na uhakika kuwa Jombi alikuwa na uwezo wa kuubadilisha mwenendo mbaya wa mdogo wake. Mama Mirambo akasema angekwenda kazini kwake kutazama kama yupo ofisini au pengine amekwenda ng'ambo kikazi. Alipofika ofisini kwake, aliambiwa kuwa Jombi amesafiri tangu majuzi kwenda Kenya kikazi na alitazamiwa kurudi mwisho wa juma. Akaacha maagizo kuwa mara arudipo tu, arejee nyumbani haraka iwezekanavyo kwani palikuwa na shughuli za kifamilia. Jombi hakuchelewa kufika kwa dada yake mara tu alipowasili nchini. Bibi Moshi alikuwa akimsubiri kwa hamu ili ammiminie shutuma. "Kwa nini hukuhudhuria maazishi ya mdogo wako ilhali tunaishi pua na mdomo? Mdogo wako ameugua, amelazwa na kufariki, wewe upo, halafu huji, kweli huu ni utu Jombi?" Shangazi Tambi naye aliingilia kati na kuzidi kumshutumu." Ukiwa kama kaka yake mkubwa na mwanamume mwenzie, ulitakiwa kujishughulisha vya kutosha katika kuubadili mwenendo wa mdogo wako. Hili hukulitilia maanani. Halafu juu ya hili, umesusa pia kuhudhuria maziko yake, kweli sikutegemea kuwa ungetufanyia jambo kama hili, Jombi!" Uso wa Jombi ulitokwa vitunda vya jasho kwa hasira iliyokuwa ikitukusia kifuani mwake, alitaka kujitetea lakini akina mama hawakumpa nafasi. "Kafa sasa! Mdogo wako kafa, tukamzika, tukaanua matanga. Wewe kaka yake huna habari mwenyewe, uko zako mjiniii, umeketi ofisini mwako, unakusanya mapesa ya kimataifa tu, huna wasiwasi mwenyewe! Hongera hakimu, hongera babaaa!" Bibi Moshi alisema kwa jazba kisha alimpigia makofi ya kejeli huku vitone vya mate vikimtoka kinywani kwa jazba iliyomkwea. "Kazi na uhai wapi na wapi bwana!" Shangazi Tambi aliyapokea maneno, "Pesa kitu gani mbele ya ubinadamu! Mimi pia sikufichi, Jombi, kitendo ulichokifanya si cha kiungwana, na tunataka uchinje mbuzi, damu ikamwagwe kaburini mwa mdogo wako ili mizimu ikusamehe kwa kitendo chako cha kumtelekeza mdogo wako. Umekiuka maadili ya kimila, umeidharau mizimu yetu, umewapiga teke wahenga wetu."

"Tena anatakiwa achinje mbuzi wawili kabisa," Bibi Moshi alichachamaa, "Mmoja wa JJ mwingine wa dharau uliyotuonyesha sisi wakubwa zako." Malaika alimwangalia Jombi wake kwa macho ya huruma. Jombi alipangusa kipaji chake huku akipumua kwa pupa kama gombe lililofikishwa machinjioni. "Naombeni msinishutumu kabla sijaisema sababu iliyonikawiza kuja!" Sauti yake ilikuwa tulivu kama maji ya mtungini, lakini aliyemfahamu vizuri, angebaini mara moja kuwa shutuma za kinamama wale zimemkwaza na kumuudhi pasipo kifani. Bibi Moshi hakumjali. Aliendelea kushutumu. "Umeendekeza kazi, ukaacha kuja kumzika mdogo wako, kwenye hili sintokusamehe Jombi, kaa ukijua hilo!"

"Bibi, nakuomba nipe fursa ya kuwaeleza yaliyonisibu basii!" Bibi hakumjali, alikuwa bado anawaka moto. "Umetuudhi sana, Jombi, hata ujiteteeje, sintokusamehe!"

"Mdogo wako pengine angekuwa bado yu hai iwapo ungekuja mapema kumuonya." Shangazi Tambi aliingilia kati na kuzidi kumshutumu.

"Mkewe kamtawala huyu. Siyo siri mkewe ndiye aliyemkataza kuja maazishini." Bibi Moshi alizidi kuchochea kuni kwenye moto.

"Mnamuonea bure tu mdogo wangu, mnaposema kuwa mkewe kamkataza kuja kwenye maazishi, hili haliwezi kuwa la kweli maana hawaishi pamoja, halafu hawana mawasiliano yoyote, sasa angemkatazaje?" Mama Mirambo alimtetea mdogo wake huku macho yamemtoka. Jombi hakutaka kubishana nao, aliamua kufunika kombe ili mwanaharamu apite, hivyo aliwaomba msamaha kuyaepusha malumbano yasiyo na maana. Akaahidi kuwaleta hao mbuzi wawili kama alivyoagizwa. Hamu ya kuendelea kukaa ikamtoka, akasema angepitia makaburini kwa mdogo wake wakati anarudi nyumbani kwake. Mama Mirambo aligundua kuwa Jombi amepungua mwili maana suruali ilimpwaya nyongani. Alitamani kuelezwa machache kuhusu unyumba wake lakini Jombi hakuwa na muda wa kuyaongelea.

Majuma kadhaa baadaye, alikuja tena kuwajulia hali, alikuwa amewafungashia mahitaji ya kila aina, makapu kwa makapu yalishushwa garini. Kinyongo cha bibi na shangazi dhidi yake kikapungua hadi kwisha. Hali ya Jombi ilikuwa ya kinyongenyonge, Mama Mirambo alimuomba aufungue moyo wake. Jombi akaeleza kila kitu kuhusu suala lake la unyumba, kuwa talaka imekwisha andikwa tayari, imebaki kutia saini tu, lakini kumeibuka shida nyingine, nayo ni ya ugavi wa mali. "Baba mkwe wangu kaingilia kati. Yeye pia ni hakimu wa kimataifa, hivyo kaingilia kati akidhani pengine nina nia ya kumpunja mali binti yake."

"Kwa nini umpunje ilhali ni haki yake?" Alidadisi Bibi Moshi macho yamemtoka, ndita zimetuna pajini.

"Mimi pia hata sielewi, bibi."

"Waongo wale, yao ni tamaa tu. Wanafahamu kuwa una mapesa, mashamba, majumba, mahoteli na magari, sasa wanataka kukukamua kwanza kabla hujaanguka saini ya kuitangua ndoa." Shangazi Tambi alisema huku amebenua midomo.

"Hata mimi nadhani itakuwa ni hivyo." Mama Mirambo alisema kwa sauti ya kudadisi.

"Shangazi wala hajakosea," bibi aliingilia kati, "Wanataka wakuchume tu kwanza kabla talaka haijatiwa saini."

Kabla Jombi hajaondoka, Malaika alimwambia kisirisiri kuwa Joyce yupo. "Yuko uwani, anaosha vyombo."

"Hivi ni kweli maneno yako Malaika?" Jombi alisema kwa sauti ya chini huku macho ya mshangao yamemtoka, akatoa kitambaa mfukoni mwa suruali kupangusia jasho jepesi lililojitokeza ghafla kwenye kipaji.

"Toka lini mimi nimewahi kukudanganya Jombi?" Macho yalichanua kama asumini.

"Ni kweli, Malaika, mpwa wangu. Hujawahi hata siku moja kunipiga chuku."

"Je, ungependa kumwona?" Aliongea kwa sauti ya chini huku akiangaza mara kushoto mara kulia kuona kama shangazi, bibi au mama wamemsikia.

"Hapana. Leo haiwezekani."

"Kwa nini Jombi? Usipomuona leo utamuona lini maana siku hizi huji kila mara kutuona."

"Siwezi kumwona leo Malaika, bibi, shangazi na dada wakituona, itakuwa ni habari nyingine kabisa."

"Si unakwenda kumsalimia tu!"

"Watanielewa vibaya, si unamjua tena huyu bibi yako kwa ngebe zake." Alijawa tabasamu jepesi la kujilazimu, "Shangazi naye atanichamba niikose amani, na kisha dada akinikuta naongea naye, ataanguka kwa mshangao, tuyaache kwanza, leo hapajakaa vizuri, sawa?"

"Kwa nini wakuelewe vibaya Jombi. Kwani kumsalimia mtu imekuwa kosa?"

"Hapana! Si kosa."

"Basi twende ukamsalimie."

"Hapana! Leo hapana, Malaika anko wangu." Hofu fulani ilimwingia.

"Ni lini tena?"

"Siku nyingine nikija nitajitahidi."

"Sawa! Nimekuelewa."

"Siri yetu, sawa?" Jombi alisisitiza. Malaika alimwitikia kwa kutikisa kichwa.

Jombi alipoondoka tu, Malaika alikwenda uwani kumsaidia Joyce kazi za jikoni. Alichukua fursa ile kumwambia kuwa Jombi amemsalimu, akampatia kichupa cha manukato na kudai kuwa Jombi kamletea kutoka ng'ambo. Hata hivyo yalikuwa manukato yake mwenyewe aliyoletewa na mjombawe mwaka jana. "Haya manukato ni yako. Jombi kanipa nikuletee. Yametoka Ulaya, kwa ajili yako tu."

"Mjomba wako ananiletea mimi manukato, kwa misingi ipi?" Alidadisi huku akitabasamu na kisha kukipokea kile kichupa.

Malaika alimjibu kiakili. "Sasa ukiwa shangazi yangu, hutakuwa na chupa moja tu bali maelfu ya manukato." Alizidi kumpamba mjombawe. "Jombi wangu ni mwanamume wa kweli na anajua jinsi ya kumpenda, kumtunza na kumdekeza mwanamke."

"Unavyojua kumpamba huyo mjomba wako Malaika!" Tabasamu la Joyce lilikuwa la kuficha.

"Ukikubali kuwa mke wake, utakuwa malkia wake. Namjua Jombi wangu, ana roho ya kifalme." Alimwangalia machoni na kisha kusema, *mfuata nyuki hula asali*, ukimkubali, utakula asali yake yote, mzinga wote utakuwa wako, wako peke yako. Joyce alizungusha macho ya kurembua huku tabasamu pana limeupamba wajihi wake. Malaika alipendezwa na furaha ya Joyce, ilikuwa ni furaha iliyompa matumaini fulani, matumaini ya kutimiza malengo yake kupitia rafiki yake.

Sura ya 4

Mtaka cha Uvunguni Sharti Ainame

Hata hivyo, matumaini ya Malaika ya kuendelea na masomo yalififia siku hadi siku, yakawa kama moto ulionyewa na mvua ya masika. Jombi aliyekuwa akimtegemea, hakuonekana tena. Huzuni yake aliipeleka kwa ndugu zake wengine, aliwanung'unikia kwa kusema kuwa mbona hakuna mtu anayemjali, mbona yeye hapelekwi shule kuendelea na masomo ilhali amefaulu vizuri sana?

"Vumilia tu, mdogo wangu. Pesa ikipatikana tu, na wewe pia utakwenda kuanza Kidacho cha Kwanza." Maida alimtia moyo. "Nimevumilia sana, dada, ila roho inaumia sana kuwaona wenzangu wanakwenda shule wakati mimi nimekaa tu nyumbani licha ya kwamba matokeo yangu ya Darasa la Saba yalikuwa mazuri. Nimefanya vizuri kiasi cha kuchaguliwa kujiunga na shule ya serikali."

"Zikumbuke hekima za wahenga zisemazo, *mtaka cha uvunguni sharti ainame, mvumilivu hula mbivu, mchumia juani hulia kivulini.* Hivyo ivute kwanza subra. Tunajitahidi sana kukutafutia ada ya shule, na nina uhakika kuwa tutafanikiwa siku moja, sawa, mdogo wangu?"

"Sawa, dada."

"Mimi naona tumkumbushe Jombi maana nakumbuka alisema angemlipia huyu binti masomo yake. Malaika lazima arudi shule maana amekaa sana nyumbani." Bibi Moshi alishauri.

"Amekaa sana nyumbani huyu binti. Mwaka wa pili sasa tangu kumaliza Darasa la Saba." Shangazi Tambi alidakia maneno huku mkono wa kushoto unashika shika rozari yake iliyokuwa imetulia kifuani.

"Pengine kasahau tu, ametingwa na mambo mengi huyu hakimu." Bibi Moshi alisema kisha aliingiza ugoro chini ya ulimi na kuanza kuumumunya.

"Mkewe bado hampi amani, amemkalia shingoni kama makucha ya chui shingoni mwa swala." Shangazi Tambi alimwagia mafuta ya taa kwenye moto.

"Naombeni lifuteni wazo hilo akilini mwenu, tena haraka sana!" Mama Mirambo alipenda kusema kwa sauti ya juu kila asikiapo mdogo wake anashutumiwa.

"Una maana gani wifi. Kwani imekuwa kosa Jombi kumsomesha mpwa wake?" Shangazi Tambi aliuliza huku ameukunja uso.

"Hata mimi pia nashangaa." Bibi Moshi alidakia.

"Mchango wa nyumba aliotupa umetosha kabisa. Mwacheni kaka yangu, mwacheni!"

"Iwapo aliahidi mwenyewe kuwa angemsomesha Malaika, kumeharibika kitu gani yeye kukumbushwa?" Shangazi Tambi hakukata tamaa.

"Kwa sasa ana matatizo na ndoa yake, hili mnalifahamu vizuri sana. Mwacheni kwanza jamani! Mtaniulia, mdogo wangu halafu niwakose kaka zangu wote wawili." Mara machozi yalimchuruzika, yakatelezea hadi mafundani. Alitumia tenge lake kuyapangusa.

"Usilie, mama!" Maida alimpoza na kisha kumwendea, akamshika bega kumliwaza.

"Tunachotaka sisi ni kwamba lazima akumbushwe, tumsikie anasema nini, hakuna anayemlazimisha kutoa mapesa yake." Bibi Moshi alianza kujikomba.

"Na kweli, sisi hatumshutumu bali tunapigania haki ya mwanetu, Malaika, ni hilo tu. Usitufikirie vibaya wifi, hatuna kinyongo wala hasira na kaka yako, halafu tumchukie, kwa kosa lipi alilofanya?" Shangazi naye alijikombakomba ili kumpoza wifi yake.

"Jombi ni kimbilio, tegemeo na nguzo yangu kuu katika maisha yangu, nguzo hii ikianguka, nitakosa mahali pa kukimbilia, nakuombeni mwacheni kwanza akamilishe kwanza masuala yake ya ndoa. Baada ya hapo, tunaweza kumkumbusha hili suala. Tufanyeni mambo taratibu, hatua kwa hatua." Alitumia tena tenge lake kuyakaushia machozi yake.

"Tumekwisha kuelewa wifi, naomba niwie radhi ikiwa nimekukwaza." Shangazi Tambi alisema kwa unyenyekevu.

"Kama unaona tunakuingilia katika kuwalea wanao, basi ngoja sisi tuondoke." Bibi Moshi alianza kuwa mgwadu, "Ngoja nikafungashe virago vyangu, niivunje kambi maana nimegundua kuwa kuwepo kwetu hapa nyumbani kwako ni kero badala ya baraka." Akanyanyuka huku mdomo umemchongoka.

"Bibi! Bibi!" Maida alimwita kwa sauti ya chini lakini yenye uzani wa nanga. "Nakuomba usianzishe mambo haya ya kususiana majukumu. Nafahamu kuna hili au lile lililosemwa ambalo limemkwaza huyu au yule, lakini kukimbia majukumu siyo jawabu. Tunakuhitaji kama jinsi unavyotuhitaji. Halafu unaposema kuwa unataka kuondoka, utakwenda kuingia mlango gani kule Pangani? Kumbuka ulisema mwenyewe kuwa Pangani yote imekuita mwanga, ukirudi si watakuchoma moto! Mbali ya hili, tunakuhitaji hapa nyumbani kuliko mtu mwingine, itue hasira yako kwanza, baki tuendelee kushikana na kunyanyuana."

"Umenena mwanangu, umenena!" Shangazi alitamani kulia kwa aliyoyasema Maida.

* * *

Mama Mirambo aliendelea kukazania kazi yake ya uhotelia. Meneja wake, Bwana Juzar, alipendezwa na bidii yake ya kazi, hivyo alimtambulisha kwa mkewe, Bi. Tassim. Urafiki kati ya wanawake hawa ukaota mizizi mirefu kwa muda mfupi sana. Bi. Tassim alimchukulia Mama Mirambo kama mama yake mzazi, apatwapo na shida, humtafuta Mama Mirambo kumtaka ushauri. Alipojifungua mwanawe wa kwanza, Dhriti, alimwomba amtafutie yaya. Bila ya kuchelea, alimpendekeza Malaika. Maida na ndugu wengine wote waliliafiki wazo lile mara moja. "Hiyo ajira itakusaidia kukusanya ada yako ya shule Malaika." Maida alimshauri.

"Kazi ya uyaya itakusaidia pia kuimarisha Kiingereza chako Malaika mwanangu." Mama yake alimhakikishia.

Kazi kuu ya Malaika ilikuwa kumlea Dhriti tu, katoto ka Bi. Tassim na Bwana Juzar. Alipatiwa chumba kidogo kilichokuwa na bafu na choo chake. Nje palikuwa na bustani ya maua na bwawa la kuogelea. Palikuwa pia na mlinzi aliyeilinda nyumba muda wote. Malaika akafahamiana na kijana mtunza bustani, aitwaye Mushi. Alifahamiana pia na dereva wao mpole mpole aliyefahamika kama *Mwananchi,* jina lake halisi aliitwa Mrisho Lema. Bi. Tassim na mumewe hawakuwepo nyumbani kutwa nzima, kutokuwepo kule kuliimarisha uhusiano baina yake na Dhriti, katoto kale kalimchukulia Malaika kama dada yake. Mshahara wa kwanza kabisa wa Malaika ulipitia kwa mama yake. Bi. Tassim alitegemea kuwa Malaika angekwenda kumshukuru, lakini haikuwa vile, akashangaa. Walipokuwa wakiandaa chakula cha jioni, Bi. Tassim alimdadisi Malaika ki akili aone kama amepewa mshahara wake au la. Ni yeye peke yake ndiye aliyemuita Malaika jina la mkato la Laika badala ya Malaika.

"Laika, juzi veve pokea shahara yako ya kwanza, je, veve fanyia nini pesa yote?" Malaika alipigwa na bumbuazi la siri, mikono ikaanza kutetemeka huku macho ameyakodolea sakafuni. Bi. Tassim alipougundua woga wake, alitaka kuambiwa ukweli wa mambo. "Sema tu. Hakuna mtu veve kula nyama yako." Malaika akapatwa na tabasamu la ghafla kufuatia lafudhi ya mama tajiri yake, Bi. Tassim aliminya midomo ili asicheke. Uoga ulipomtoka, Malaika alikuwa tayari kuongea. Kwa sauti ya upole alimjibu.

"Nina mpango wa kuendelea na masomo hivyo nakusanya pesa ya ada ya shule."

"Ahaaa! Mimi tayari jua, mimi tayari gudua veve ficha siri flani." Baadaye alimpongeza. "Veve iko akili mingi sana, Laika. Sasa shule veve lini anza?"

"Nikipata tu pesa ya kutosha, nitakwenda kuanza kidato cha kwanza mara moja."

"Sasa veve lipa ada yote peke yako?"

"Hapana mama. Maida na mama watanisaidia pia."

"Elimu ni mihimi sana, Laika." Alimpongeza.

"Ningeshukuru sana kama kuanzia leo utanihifadhia mshahara wangu. Naomba usipitie tena kwa mama."

"Ok, ok, Laika. Hakuna matata."

* * *

Kwa muda mrefu, Bwana Juzar alikuwa safarini kikazi. Alipokuwa safarini, mkewe alimuwakilisha kazini. Bi. Tassim akawa haonekani nyumbani kutwa nzima, hata chakula cha mchana alikula kulekule kazini. Aliporejea nyumbani, alikuwa hoi kwa uchovu, alimbusu binti yake akampeleka kitandani, hatimaye aliwahi chumbani mwake akalala fofofo. Malaika alihakikisha milango yote imefungwa vizuri kabla ya yeye pia kwenda kulala. Alihakikisha kuwa jiko limetakata, mapazia yamevutwa vizuri, mtego wa panya jikoni umewekewa kipande cha nyama, na bomba la tenki la maji limefunguliwa ili maji yakitoka usiku, yalijaze lile tenki. Alipokamilisha majukumu yake ya kazi, alikwenda chumbani mwake kujiandaa kupanda kitandani; kwanza ataoga, kisha atapiga mswaki, halafu atavaa shimizi yake ya kulalia, kabla ya kujibwaga kitandani, atapiga magoti kumshukuru Mungu kwa kila kitu. Hakupenda kuyavuta mapazia kwani alipenda kuziangalia na kuzihesabu nyota kabla ya kulala. Asubuhi ya saa kumi na moja, aliamka kumwandalia tajiri wake kifungua kinywa. Juisi ya machungwa freshi, kikombe cha kahawa, yai la kukaangwa kwa vitunguu, slesi ya mkate, na maharage ya kopo.

Bi. Tassim alikula staftahi yake huku akisikiliza taarifa ya habari ya *BBC London*. Kwa vile hakuwa mlaji mzuri, hakuyamaliza maharage aliyotengewa, hivyo Malaika aliyakomba yote wakati yupo jikoni anaosha vyombo.

Dhriti alipokuwa na umri wa miaka miwili, Bwana Juzar alisafiri tena kama kawaida yake. Juma moja tu baada ya Bwana Juzar kuondoka, Bi. Tassim alipokea mgeni wa kiume aliyeitwa Bwana Jeethendra. "Huyu *mista* tasaidia mimi kazi kwa hoteli. Ni dugu ya Bwana Juzar." Bi. Tassim alimfahamisha Malaika. "Sawa mama." Akamsabahi bwana yule kwa heshima zote, na kisha kumpokea mizigo, akaiwahisha ukumbini. Haukuchukua hata muda hadi Malaika kugundua kuwa Bwana Jeethendra hakuja kusaidia kuendesha hoteli kama ilivyodaiwa, bali alikuwa mfanyabiashara wa madini ya aina mbalimbali. Juu ya meza ya sebule zilizagaa nakala mbalimbali za bwana yule, alimiliki pasipoti za nchi kadhaa ikiwemo Afrika Kusini, Tanzania, Zimbabwe, Kenya, India, Uingereza, Australia, Marekani na Kanada. Bwana Jeethendra hakuwahi hata mara moja kufika hotelini, muda mwingi alikuwa ukumbini akiangalia mikanda ya filamu au alishinda mjini kwenye shughuli zake. Arudipo nyumbani, ilikuwa tayari usiku wa manane ili Dhriti asimuone. Malaika alikiri kwa moyo kuwa huyu bwana kamwe hakuwa mtu fukara, mavazi yake yaliudhihirisha ukwasi wake, halafu alijua kujipamba kama waigiza filamu za Kihindi, uzuri wake wa asili ulivutia, macho yake lege yalipalilia uzuri wake. Siku ile ambayo Bi. Tassim alimwendea Malaika na kumkataza asipeleke habari za mgeni wake nje, Malaika hakuwa tena na mashaka kuwa hapakuwa na udugu wowote kati ya huyu bwana na Bwana Juzar. Juu ya hili, alihisi kuwa lazima walikuwa wapenzi maana Dhriti hakutakiwa kumfahamu sembuse kumwona Bwana Jeethendra.

Dereva wa Bi Tassim, Mrisho Lema, alitakiwa kumpeleka Dhriti shule kila siku asubuhi, shule hiyo ilikuwa mjini. Baada ya shule, alitakiwa kumpeleka mtoto kwa rafiki wa Bi. Tassim aliyeishi hukohuko mjini. Azma ya Bi. Tassim ilikuwa kuhakikisha kuwa binti yake hamuoni Bwana Jeethendra.

* * *

Asubuhi na mapema, Malaika alikuwa jikoni kuandaa staftahi. Bi. Tassim akamfuata. "Laika, mimi taka veve angalia Dhriti hapana kabisa ona geni yangu Jeethendra, *OK?*"

"Sawa, mama, usijali kabisa." Alimwitikia kwa sauti ya tuo.

Masharti yale yalimhakikishia Malaika tena na tena kuwa Bwana Jeethendra alikuwa mpenzi wa Bi. Tassim. Jioni moja, wakati Bi. Tassim na Bwana Jeethendra wameketi ukumbini kufurahia mkanda wa filamu, Malaika aliwasikia wakipeana mabusu motomoto, kisha Bi. Tassim alisema jambo ambalo kidogo limbwage Malaika sakafuni, *"I'm pregnant."* Malaika alimaka kwa sauti kule jikoni. Bi. Tassim akamwendea kumuuliza kisa cha hamaki ile.

"Veve sikia kitu Laika?" Macho yake makubwa yaliyo mazuri yalimtoka bila kupepesa.

"Hapana, mama." Alimjibu akiwa amejawa hofu.

"Sasa bona veve maka?"

"Kwa sababu kisu si kikali kabisa, butu tu hili." Alimwonyesha kwa kumnyooshea mkono uliokuwa umekishikilia kile kisu, "Kinanisumbua sana nikatapo vitunguu, almanusura nijikate kidole, ndiyo sababu ya kumaka." Aliongopa. Lakini ilimuwia Bi. Tassim vigumu kumwamini, akamwangalia kwa jicho kali la kuonya, kisha alirudi kwa mpenziwe. Siku iliyofuata, Bi. Tassim aliamka na kisirani. Malaika alikuwa jikoni akiandaa vitunguu vya kukaangia mayai ya Drithi ili ale, apelekwe shule na dereva. Bi. Tassim alikuwa ameshikilia funguo za chumba chake ili Dhriti asiingie, asijekukutana na Bwana Jeethendra.

"Mbona yai ya toto yangu bado iva?" Alikuwa na hasira ya mbogo. "Kisu, mama! Hiki kisu butu kabisa, hakikati vizuri." Wakati Bi. Tassim anakichukua ili ajihakikishie mwenyewe, kikajeruhi kidole cha Malaika kwa bahati mbaya, jeraha likawa linatoa damu kama chemchem, Malaika alitoka resi hadi hotelini kwa mama yake, akampita Mrisho Lema wanguwangu. Mrisho Lema alipigwa na mduwao. Huku machozi yanamtoka, Malaika alimpita pia Mushi, kijana mtunza bustani, wanguwangu. Mushi pia alimwangalia kwa macho ya kudadisi. Bi, Tassim alitoka, akamwita kwa sauti ya kusihi, "Laika, rudi, mimi hapana fanya kusudi, rudi, rudi *please!*" Malaika alimhadithia mama yake habari nzima, mama yake akamshauri avute kwanza subira, akarudi jikoni, akafungua kikabati cha mbao chenye dawa za aina kwa aina. Akatoa bendeji na kuliviringisha kwenye lile jeraha, kisha alimwambia arudi nyumbani ili yeye akakutane na Bi. Tassim. Alipoondoka tu, Mama Mirambo alimwendea Bi. Tassim kulizungumzia, japo roho ilimfura jazba, alikuwa hodari wa kuikemea.

"Mimi hapana fanya kusudi, Mama Mirambo. Hapana kabisa. Ni bahati baya tu."

"Nilidhani ni kwa makusudi kwa sababu lazima ningetaka kukijua kisa, Malaika ni msichana mpole sana, hawezi hata kukitesa kifaranga au kipepeo, amezaliwa na moyo wa Malaika ndiyo maana tumempa jina hili la Malaika." Alisema kwa sauti ya upole na kisha kurudi kazini kwake.

"Mimi elewa veve kabisa, Mama Mirambo. Mimi pia iko mama, mimi hawezi fanyia toto yako tabia bovu, *no, not me!*" Mama Mirambo alimkubalia kwa kutikisa kichwa na kurudi kibaruani.

Malaika alipofika nyumbani, alimkuta Maida amekuja kuwatembelea, akahadithia mkasa mzima. Maida alipandwa na hasira isiyo kifani, akaondoka mara moja hadi kazini kwake kuchukua likizo ya siku mbili ili alivalie njuga suala lile, aliporudi, alimwambia Malaika waongozane mara moja hadi kwa Bi. Tassim. Malaika akapatwa na hofu, akatumia kila nyenzo kumshawishi wasiende. "Mbona haina haja ya kwenda kuonana naye, ya kazi gani ilhali hakufanya makusudi! Isitoshe, jeraha ni dogo sana!" Alimwambia kwa kusihi huku akimwonyesha kidonda chake.

"Nafahamu vizuri sana kuwa Bi. Tassim ana pesa za kumwaga, kuanzia leo tumepata njia ya kuzipata."

"Una maana gani, mbona sikuelewi?"

"Basi subiri tu, utaona mwenyewe." Akavaa viatu vyake na kutoka. "Nifuate Malaika maana nahitaji ushuhuda wako." Sauti ilikuwa kali, ya mkato. Akaupachika mkoba wake begani huku anachapua mwendo. Shangazi na Bibi walipatwa na mashaka, walibaki tu kuwasindikiza kwa macho. Jeni pia alibaki kuchungulia tu dirishani huku akimbembeleza mwanawe mchanga, aitwaye Tumaini. Walipofika hotelini, mama yao alibaini mara moja kuwa Maida kaleta shari. Akamvutia pembeni.

"Umekuja kufanya nini, Maida?"

"Kukutana na Mama Tassim."

"Kwa kisa gani?"

"Unakifahamu, sina haja ya kukueleza."

"Nimeshaonana naye, na ameeleza kuwa hakumjeruhi kwa makusudi. Isitoshe, jeraha ni dogo sana, hembu jionee mwenyewe." Akaushika mkono wa Malaika na kumuonyesha. Maida hakujali, akili yake ilikuwa kwenye kutengeneza pesa tu.

"Nina mpango mkali sana." Alinong'ona.

"Kama upi huo ewe mwana?"

"Subiri utaona mwenyewe."

"Niambie Maida, sitaki ututie aibu."

"Malaika lazima aende shule."

"Una maana gani wewe mwana, mbona unaniweka roho juu namna hii? Mimi sitaki ukawe ombaomba kule kwa tajiri yangu, ni aibu."

"Mama!" Alimwangalia usoni bila kupepesa, "Muda wa Malaika wa kwenda shule ndio huu, pesa ya kumsomeshea itapatikana dakika si nyingi." Kisha aliongoza hadi ofisini kwa Bi. Tassim. Karani wa kike alimwambia asubiri kwanza nje akamuulize kwanza tajiri kama atamruhusu kuingia, Maida wala hakumjali sembuse kumpatia jibu, alimwambia ampishe njia kwa kumtolea macho makali, yule karani hakuwa na namna, akampisha huku ameshangaa hadi kinywa kumwanguka kama aliyezabwa kofi la ghafla huku mikono inasiribana bila mpangilio. Bi. Tassim alipomtia tu jichoni, tumbo lilipata joto kwani alifahamu mara moja kuwa mambo yameiva sasa, akamwambia aketi kwanza halafu ndio amweleze kuhusu mkasa mzima, kwa tuo. Malaika alibaki amesimama pembeni ya dada yake. Baada ya Bi. Tassim kusimulia mkasa mzima, Maida alitikisa kichwa kumkatalia hoja yake, badala yake alichukua fursa ile kumtia tumbo joto. "Nadhani lingekuwa jambo la busara kama tungelipeleka hili suala polisi, watuelekeze hatua za kisheria maana hii ni kesi ya jinai, uliazimia kuitoa roho ya mdogo wangu, hii siyo siri."

"Hapana, Maida!" Alitokwa na macho ya hofu, "Polisi tanipa mimi shida sana, mimi. Veve na mimi maliza kila kitu peke yetu, mimi veve tu, Maida, *please!*" Alinyenyekea.

Maida hakuchelewa, akaichukua fursa ile kupata alichokitaka. "Iwapo unataka tuyamalize kibinafsi, itakubidi ulipe ada yote ya shule ya Malaika." Alisisitiza huku akigongesha vidole vyake virefu vilivyopakwa rangi nyekundu juu ya meza.

"Yote kabisa, Maida?" Macho ya Bi. Tassim yalikodoa. "Ada yote kabisa pamoja na mahitaji mengine yote ya shule, utamlipia kuanzia kidato cha kwanza hadi cha sita." Sauti ya Maida ilikuwa ya uzoefu kama karani wa mkoloni.

"Ni pesa jingi sana Maida, mimi shindwa lipa, Maida."

"Basi kama hutaweza kulipa, wacha nipeleke hili suala kwa Jombi."

"Jombi, Jombi diyo nani, Jombi ni polisi?" Alidadisi Bi. Tassim huku macho yanapepesa.

"Jombi ni mjomba wetu. Ni Hakimu Mkuu katika Mahakama Kuu ya Umoja wa Mataifa. Lazima akifahamu kisa hiki ili kipatiwe utatuzi wa kisheria. Nataka hii kesi ipelekwe kwenye ngazi za juu za kimataifa, na ikibidi, ipelekwe kwenye vyombo vya habari ili nchi nzima ifahamu unyama wako dhidi ya msichana mdogo ambaye hajakukosea kitu chochote. Alikuja kukusaidia tu, wewe ukamjeruhi." Bi. Tassim aliposikia mambo ya Mahakama Kuu, Taarifa ya Habari, na Nchi Nzima, alichanganyikiwa, akakubali kugharamikia kila kitu. "Sava, Maida. Mimi lipa kila kitu." Maida alikinga mkono palepale, alitaka kuipewa pesa ile dakika ileile, palepale. Bi. Tassim alimwomba ampe juma moja kwani kiwango cha pesa kilichotajwa kilikuwa kikubwa mno. Maida alimjibu kwa mkato. "Sawa. Kesho nitasimama papahapa, majira yayahaya, na nikiingiza mguu tu, nataka uwe umeishika mkononi! La sivyo, itabidi nimfahamishe Bwana Juzar kuwa umebeba mimba ya mwanamume mwingine, Jeethendra." Bi. Tassim alipandisha nyusi kwa mshangao, hakutegemea kusikia, kumbe siri yake tayari imeanikwa hadharani. Alimkatia Malaika jicho kali, fupi, Malaika aliangusha yake chini. "Sava tu Maida. Kesho mimi lipa kila kitu!"

"Sawasawa kabisa. Kesho asubuhi na mapema, nitasimama hapa ofisini" Kisha alimwambia kuwa Malaika atabaki nyumbani kwa majuma mawili mazima kuuguza kwanza kidonda. Bi. Tassim alimwitikia bila ya kipingamizi.

Sura ya 5

Kufa Kufaana

Mrisho Lema hakupendezwa na kitendo alichofanyiwa Malaika. Hakufurahishwa na ngeo iliyojitokeza kiganjani mwa binti yule, alitamani kukifahamu kisa kilichopelekea kutendwa ukatili ule. Kabla ya kupata kazi ya udereva kwa Bi. Tassim na Bwana Juzar, Mrisho Lema alikuwa mmoja wa wachimba madini waliofahamika kwa jina la *Wana Apollo* kule Mererani, mkoani Arusha. Kampuni moja ya Makaburu kutoka Afrika Kusini iliponunua migodi karibu yote, vijana wengi walikosa ajira, Mrisho Lema akiwa miongoni mwao. Migodi ikazungushiwa uzio wa seng'enge wenye umeme, ukiugusa tu, umekufa palepale. Mbwa wakali walitumiwa kulilinda eneo lote, walinzi wenye bunduki waliyalinda mageti ya kuingilia kwenye migodi ile, usiku na mchana. Mrisho Lema hakuridhishwa na hali ile, hakuelewa kwa nini wageni wamepewa haki ya kufaidi utajiri wa nchi yake huku wazawa wametoka kapa! Hivyo alikusanya vijana wenzake wenye hasira kama yeye mwenyewe, wakafika pale getini kuleta fujo za kimapinduzi. Hatimaye waliwarushia mawe wale walinzi na jengo lote, vioo vya madirisha vikawa chenga tupu. Ndipo wakashakiziwa mbwa, Mrisho Lema na wenzake watatu wakatiwa majeraha makubwa na wale mbwa, hatimaye wakafunguliwa kesi ya uharibifu wa mali zisizo zao, hukumu ikapitishwa, wakalundikwa magereza kwa muda wa miaka mitano. Baada ya kutumikia kifungo chake, aliamua kuokoka. Lakini haukupita hata mwaka, akautia teke ulokole kwani uchu wa pesa ulimwingia upya. Akajifunza kazi ya udereva, akapewa lori la kupeleka vifaa vya ujenzi kwenye makampuni ya kujenga barabara chini ya uongozi wa Waitaliano, mkoani Mwanza. Muda si muda, akasimamishwa kazi kufuatia hotuba zake za kutetea haki za Waafrika. Baadaye alipata kazi ya kupandisha watalii Mlima Kilimanjaro. Huko alikikuza Kiingereza chake kilichomsaidia kupata ajira mashirika mbalimbali. Mwishowe aliajiriwa kama dereva kwenye hoteli ya Bwana Juzar na Bi. Tassim.

Amri za kila siku za Bi. Tassim zilimchosha Mrisho Lema. Kashfa za Bwana Jeethendra zilimvunja moyo na kumpandisha hasira. Bwana Jeethendra alidharau na kukashifu barabara za nchi na uongozi wa nchi nzima kwa ujumla wakati Mrisho Lema alipokuwa akimpeleka mjini kwenye shughuli zake. Mrisho Lema alipobaini kumbe Bwana Jeethendra alikuwa mfanyabiashara wa madini, hakupata tena hofu kuwa lazima atakuwa ameshirikiana na makaburu wa kule migodini katika kusimamishwa kwake kazi. Kutoka siku hiyo, alipatwa na hamu ya kulipiza kisasi. Haraka na kwa siri sana, alianza kuchonga mbinu ya kumdhibiti. Alimtafuta rafiki yake mpenzi, Ole Olmorani Embakenyi (Yero) ambaye alifanya naye kazi kule migodini. Lakini Yero alimkatalia katukatu kushiriki ugaidi ule, alimjibu kuwa ameshakuwa na mipango mingine kabisa ya kimaisha. "Nashona mikanda ya Kimasai ya wanaume, kisha nawauzia watalii, sina tena hamu ya kupata pesa za chapuchapu."

"Hamna shida, Yero wangu." Alimjibu na kisha kumwendea Mushi, mtunza bustani ya Bi. Tassim. Mushi naye alimkatalia katukatu. "Hiyo ni njama ya kinyama, siitaki abadan, nina mke na watoto wanaonitegemea. Nikiingizwa rumande, nani ataijali familia yangu?" Mrisho Lema alipojaribu kumdondoshea asali mdomoni kwa kumuahidi mabunda ya pesa, Mushi alimkazia macho. "Sitaki kuwa na mikono ya damu ndugu. Kila mtu na riziki yake, unyama kama huu sijawahi kuufanya na sintothubutu kuufanya. Naomba usinifuate tena na hoja kama hizi."

"Hamna shida, jomba." Alimjibu kimkato. Alipobaini hakupata aliyemuunga mkono, aliamua kukamilisha mipango yake mwenyewe. Katika pita pita zake, akakutana na Godfrey (Godi). Urafiki wao ulianzia kule migodini, walipokosa ajira kule migodini, kila mmoja alishika njia yake kujitafutia riziki yake. Miaka ikapita. Godi akajiunga na kundi la majambazi la Kenya na Tanzania lililokuwa likifanya biashara haramu ya kuiba magari na kuvamia majumba ya wenye pesa kwa kutumia silaha za moto. Makao yao makuu yalikuwa Namanga - mpakani mwa Kenya na Tanzania. Kuishi mpakani kuliwawezesha kukimbilia upande wa pili wa nchi endapo wangesakwa na polisi wa nchi moja kati ya hizi. Uharamia ule ulimtajirisha Godi haraka mno, akajitoa kwenye kundi lile na kuanzisha biashara ndogondogo za kihalali, hivyo hakuna aliyeugundua ujasusi wake, aidha, hakuna aliyegunduwa kuwa alikuwa mkwasi wa kupindukia. Hata mkewe hakujua vizuri chimbuko la ukwasi wake kwani hakuwahi kumfungulia moyo. Godi aliposikia njama ya rafiki yake iliyomuahidi utajiri mkubwa kuliko ule aliokuwa nao, alimkubalia mara moja. Hamu ya kujitajirisha zaidi, hamu ya kupokea pesa za chapuchapu, ikamwingia upya.

"Lini sasa? Niko tayari hata sasa hivi."

"Nipe siku chache kwanza, kwa sasa nafanya uchunguzi fulani, ukikamilika tu, nitakutafuta." Mrisho Lema alimtuliza.

"Basi niarifu mapema ili nikachukue kile kitu." Alisema kwa kunong'oneza. Mrisho Lema alifahamu mara moja Godi alikuwa akimaanisha nini. Kila siku, alimlia doria Bwana Jeethendra ili kuyasoma mapito yake, alitaka kujua alikuwa akiingia duka lipi na aliongea au kukutana na nani kwa malengo gani. Baada ya majuma kadhaa ya kumsoma kiundani, alimfahamisha rafiki yake kuwa mambo yangeanza ndani ya muda mchache. Safari ya Bwana Jeethendra ya kwenda Uingereza ilipowadia, Godi alitakiwa kumsubiri rafiki yake kwenye barabara ya Arusha - Moshi A23, katika kitongoji cha King'ori kilichoko karibu na Uwanja wa Ndege wa Kimataifa wa Kilimanjaro.

Jioni ile ya kuondokea, Mrisho Lema aliagizwa na Bi. Tassim kumpeleka tena Bwana Jeethendra mjini akakamilishe hili na lile kabla ya safari yake. Walipokuwa njiani wakirudi nyumbani kwa Bi. Tassim, Bwana Jeethendra alikuwa ameng'ang'ania kisanduku cheusi, aliking'ang'ania ungedhani mule ndani mlikuwa na roho yake. Kitendo kile kilimhakikishia Mrisho Lema kuwa ndani ya kisanduku kile lazima mngekuwa na *mali ghafi*. Bi. Tassim alimwandalia hawara yake maakuli ya kila aina. Vinywaji vya aina mbalimbali viliagizwa kutoka hotelini. Mawaridi yalinukia nyumba nzima, nyimbo za Kihindi ziliipamba nyumba nzima. Bi. Tassim alivalia sare yake ya Kihindi iliyompendeza akavutia. Muda wa kuondoka ulipojongea, walitoka nje, tayari kwa safari. Mrisho Lema alikuwa akiwasubiri mbele ya *Land Rover*, milango alishaifungua tayari. Alikuwa amevalia mavazi nadhifu; shati jeupe na suruali ya ugoro aliyoinunua kwa wauza mitumba. Nywele alizinyoa na kuzichana vizuri zikampendeza, alifanana na madereva wapelekao watalii mbuga za wanyama. Alitoa tabasamu la adabu na kuchapuka kwenda kupokea begi la Bwana Jeethendra, akaliweka kwenye buti ya gari. "Bana Risho Lema, bana Jeethendra lazima fika *airport on time*, sava?" Alisema Bi. Tassim kwa msisitizo. "Ndiyo, Memsahib!" Alijibu Mrisho Lema kwa adabu yote. Bwana Jeethendra, kama kawaida yake, aliketi kiti cha nyuma. Kisanduku chake hakikumtoka mikononi. Baada ya kukaa kitini tu alikibandika mapajani.

Safari ya kwenda uwanja wa ndege ilikuwa shwari na murua. Bwana Jeethendra na Mrisho Lema hawakuongea hata neno moja. Walipita miji na vitongoji mbalimbali, nyumba zilizojengwa pembezoni mwa Barabara Kuu ya Moshi - Arusha, zilitoa mwanga hafifu wa fanusi, koroboi, gesi au umeme wa mgao. Harufu ya nyamachoma, harufu ya mahindi ya kuchoma, harufu ya ndizi za nyama iliyochanganyikana na harufu ya kuni na mkaa, ilitawala anga. Midundo ya miziki ilitokea vilabuni na madukani. Vitoto havikuonekana vikizurura mitaani kwani vilishapelekwa vitandani ili kesho viamkie shule. Usiku ulikuwa wa watu wazima tu. Walevi walizagaa kote, wauza nyama walichoma nyama na ndizi huku wanatokwa na majasho mwili mzima, walivutia wateja kwa miziki ya bolingo na Bongo Fleva. Mikono yao ilikuwa myepesi kupokea pesa, warudishapo chenchi, huhakikisha haizidi hata senti tano. Akina mama walitumia ncha za kanga na matenge au sidiria kuhifadhia pesa zao, akina baba walitumia mifuko ya mashati au mifuko ya suruali zao kuhifadhia riziki yao. Umati wa watu, wake kwa waume, ulizongana kwenye mabenchi ya vilabu kunywa pombe au kucheza bao au karata, wengine walizagaa tu vijiweni. Waliopendana kimahaba, walijibanza pembezoni mwa baa au kutokomea kizani. Mbwa walizagaa mitaani, wengine walichakura jalalani kuitafuta riziki yao, ubaridi wa jamu kutoka Mlima Kilimanjaro ulizizima, lakini hakuna aliyejali kwani walishaizoeya hali ile. Walipokikaribia kitongoji cha King'ori, mazingira yalianza kubadilika. Nyumba hazikuwa zimezongana zongana. Kote kulikuwa nyika yenye miti ya migunga, vicheko vya fisi vilisikika kutokea mbali sana, mbalamwezi ilimulika na kuzifanya nyota zifanane na bustani ya asumini. Theluji ya Mlima Kilimanjaro iliwaka ikafanana na zulia la pamba. Bila ya kutarajia, Mrisho Lema alipunguza mwendo, akasimamisha gari pembeni ya barabara, akaomba kwenda kujisaidia kidogo, "Dakika moja tu, bwana mkubwa." Bwana Jeethendra alimkubalia kwa kutikisa kichwa bila ya kumwangalia kwani macho alikuwa ameyagandisha kwenye gazeti la *The Gurdian*. Mrisho Lema hakwenda mbali, alijisaidia kwa kulowesha tairi la gari. Bwana Jeethendra alitikisa kichwa na kuikunja pua. Bila ya kuchelewa, alichapuka kurudi garini, akaliwasha huku mikono inamtetemeka, hakupata tena shaka kuwa njama yake imepiga chini kwani Godi hakutokezea. Lakini kabla gari halijashika kasi vizuri, mlango wa nyuma wa gari ulifunguliwa kwa nguvu zote. Godi akawa ameshaketi pembeni ya Bwana Jeethendra, bastola mkononi. Kichwani alijivika soksi kubwa nyeusi ili kuificha taswira yake, ni macho yake makali tu ndiyo yaliyokuwa yakionekana. Bwana Jeethendra alichanganyikiwa, akamuamuru Mrisho Lema warudi kwa Bi. Tassim, mara alisema watafute Kituo cha Polisi haraka iwezekanavyo, hofu haikujificha kwenye sauti yake, alipata kigugumizi cha ghafla. Mara hii, aling'ang'ania kisanduku chake kifuani maana alihisi kuwa ndicho kilichomvutia lile jambazi. Mrisho Lema hakutii tena amri yake, alibadilika akawa mtu mwingine kabisa, ile nidhamu yake ya awali ilipotea moja kwa moja, ile heshima na sauti ya kunyenyekea, iliyeyuka kama siagi kwenye kikaango cha moto. Akawa anavigonga gonga viganja kwenye usukani huku kichwa kikimcheza cheza kwa furaha, mluzi wa majivuno ulimtoka kinywani. Hapo ndipo Bwana Jeethendra alipong'amua kuwa Mrisho Lema amekula njama na lile jambazi. Bastola ya Godi ilipopapasa shingo ya Bwana Jeethendra, haja ndogo iliathiri mavazi yake bila ya kutaka. Walipofika kwenye barabara ya kuingia uwanja wa ndege, hawakukunja bali kupitiliza wanguwangu. Macho ya mashaka yalimtoka Bwana Jeethendra. Mataa ya uwanja wa ndege yaling'ara kwa kutokea mbali sana, ndege zilionekana zikitua na nyengine kupaa. Mapafu ya Bwana Jeethendra yalipumua kwa taabu kama mgonjwa mwenye pumu kwani alitokwa matumaini. Walipofika Holili - mpakani mwa Tanzania na Kenya, walipeleka gari hadi machakani, wakamuamuru atoe kile kisanduku chake, akaamriwa akifungue. Ndani mulikuwa na mabunda ya pesa za Kitanzania, za Kikenya, pamoja na dola za Kimarekani. Mulikuwa pia na bunda moja la misokoto ya tumbaku ya kutoka Havana. Halikadhalika, vichupa vidogo vya pombe kali aina ya *John Walker* vipatavyo kenda vilikuwemo. Aidha, mulikuwa pia na nakala moja ya *Play boy* ya mwezi uliopita. Madini waliyokuwa wakiyasaka, hayakupatikana. Godi akamyooshea bastola ili kumtia tumbo joto. Mrisho Lema akamuonya kwa sauti ya kutokujali. "Huyu bwana hatanii, Jeethendra, usipofuata masharti yake, atakutoa utumbo muda si mrefu." Godi akampatia kisukusuku kikali cha uti wa mgongo kilichomlazimu Bwana Jeethendra kutoboa siri. Kiingereza kilikuwa cha kuvuta kufuatia yale maumivu aliyopatiwa. "Yamo tumboni." Alikiri. Godi na Mrisho Lema walikodoleana, hawakuwa wakifahamu kuwa kumbe kulikuwa na ujanja wa kuficha madini tumboni. Godi akamtoa garini kama nyamafu, hatimaye walimuamuru ayatapike la sivyo wangemtoa roho palepale. Kisha alichomoa kisu cha kukunja kwenye suruali yake ili Bwana Jeethendra afahamu kuwa hali inazidi kuchafuka. "Kwani wewe hukufahamu kuwa *kufa kufaana?* Ngoja tukutumbue matumbo, tuyatoe hayo madini uliyoyapata kimagendo." Mrisho Lema alisema kinyang'au kabla ya kuelekea kwenye buti ya gari kuchukua jeki ya gari, mkono mwingine ulikuwa umeshikilia panga. Bwana Jeethendra akayahisi mauti. Bila ya kuchelewa, alikamata moja ya vile vichupa vya pombe kali na kukigida chote. Haukuchukua hata muda, akapata haja kubwa. Madini katikati ya kinyesi yalimwekamweka yalipokutwa na mionzi ya mbalamwezi, yalifanana na nyota nyingi zilizodondoka ardhini. Harufu ya kinyesi ilimtia Mrisho Lema kinyaa, lakini Godi hakujali, aliyakusanya mawe yote na kuyahifadhi kwenye kitambaa chake cha mkono. Yalikuwa ya aina mbalimbali; Almasi, Tanzanite na Rubi. "Na una bahati leo kwa sababu sina mori wa kuona damu, la sivyo ningekutoa roho yako papa hapa!" Mrisho Lema alimkemea. Bwana Jeethendra alifurahi ndani ya moyo wake kwani hakutaka kuyapoteza maisha yake mapema namna ile. "Haya madini umeyapata hapa nchini mwangu, hivyo nina haki ya kuyazuiya yasitoke nchini, ni mali ya nchi hii, ni mali yangu!" Alisema Mrisho Lema huku macho yamemtoka. Panga lake mkononi lilipepeza hewani wakati anaongea. "Leo nimekusamehe kwa sababu naheshimu sana wanawake. Nimekusamehe kwa sababu Bi. Tassim amekubebea mimba na sitaki watoto waishi bila ya wazazi maana hali hiyo mimi pia naifahamu vizuri sana. Leo umeponea chupuchupu." Zamu hii sauti ya Mrisho Lema ilikuwa ya staha. Bwana Jeethendra alitokwa na mvuke wa moto kinywani, ulikuwa labda wa kushukuru kuwa kaponyaponya kuuwawa au kwa kushangazwa kuwa hata watu baki walifahamu juu ya uja uzito wa hawara yake. "Makelele mengi hayatusaidii kitu, *Bro.*" Sauti ya Godi ilikosa subira, akazikusanya pesa na madini yote ili wapate kuondoka haraka iwezekanavyo. Wakatokomea kuelekea Mlima Kilimanjaro. Usiku ulikuwa bado mzito, ulitisha. Wakawaona swala waliokuwa wanakula majani makavu, wakatimka walipowagundua watu. Majambazi wale wakagawana ngawira yao chapuchapu na hatimaye kuagana. Wakakubaliana kuwa atakayeshikwa, hamtaji mwenzake.

* * *

Bwana Jeethendra hakuzubaa, aliwasha gari kama mwehu na kuendesha kama mlevi. Alitafuta Kituo cha Polisi hadi kukipata. Polisi wa Holili waliwasiliana mara moja na polisi wa Taveta kuwasaka majambazi wale. Godi alielekea Kaskazini Magharibi mwa Tanzania, alidhamiria kuingia nchi ya Uganda ambako dada yake aliishi katika kitongoji cha Rondo kilichoko wilaya ya Bushenyi, Kusini Magharibi mwa Kampala. Kufika huko kulimchukua muda wa majuma matatu au hata zaidi. Alielekea wilaya ya Rombo Rongai kupitia Mbuga ya Kilimanjaro. Alipofika wilaya ya Monduli, ilimchukua zaidi ya majuma mawili hadi kupata usafiri wa kuungaunga wa kwenda Mwanza. Alipoingia Mwanza, hakukaa, aliendelea na safari hadi mkoa wa Kagera. Huko Kagera, alichukua njia za porini na mbuga ili asibambwe na polisi. Alipita kwenye hifadhi mbalimbali zikiwemo hifadhi ya Biharamulo, Burigi na Rumanyika Orugundu. Alipowasili wilaya ya Rumanyika, alitafuta mgahawa mdogo ili apate kwanza kifungua kinywa. Alimwomba dada mhudumu amfungashie chakula cha mchana akidai kwamba alikuwa safarini kwenda Nyakato - Bukoba, kwenye mazishi ya shangazi yake. Mhudumu alimwonea huruma sana, akampa pole ya kutokea moyoni. Kiswahili chake kilisikika kama cha mtu aliyebugia tumba za ubuyu. Safari ikaendelea, akaingia Hifadhi ya Ibanda ambako dada yake aliajiriwa miaka ya nyuma. Alitembea usiku na mchana. Pori lilitisha, alikutana na vibao vilivyotoa taratibu za mbuga: *HAIRUHUSIWI KUINGIA, KUISHI, KULIMA, KUCHOMA MKAA, KUKATA MITI, KUPASUA MBAO AU KUCHUNGA MIFUGO YA AINA YOYOTE NDANI YA MSITU HUU! TANZANIA FOREST RESERVE - TUNZA MSITU HUU.* Aliwaona wanyama wa aina kwa aina, alimwomba Mungu asikutane na wanyama wakali kama chui, simba na duma, au hata wale wenye hasira za karibu kama vifaru na mbogo. Macho yalimvimba kwa kuukosa usingizi na wala hakutaka kuupata, hivyo alivuta sigara muda wote ili usimteke. Alifahamu kuwa usingizi ungemponza halafu akutwe na wanyama wakali au akutwe na wanamgambo wa msituni wa kutoka Uganda na Kongo waliokuwa wakipambana porini. Alipowasili kitongoji cha Murongo, alichukua usafiri wa kuungaunga hadi mji wa Kagitumba ulioko mpakani mwa Uganda na Rwanda. Maeneo ya pale mpakani yalimtia tumbo joto kwani palikuwa na polisi wengi kama siafu waliobeba mitutu. Alidhani walikuwa wakimsaka yeye tu. Alipowauliza watu wamwelekeze jinsi ya kufika wilaya ya Chondo, wengi walijua mara moja kuwa hakuwa mkazi wa pale kwani Kiswahili chake kilikuwa kigeni sikioni. Macho yao ya mashaka yakazidi kumnyima raha. Usafiri wa eneo lile haukuwa wa haraka kama ule wa miji mikubwa. Aliambiwa kuwa angesubiri takriban nusu siku hadi kupata usafiri wa kwenda wilayani Chondo. Magari mengi yalikuwa yakielekea maeneo ya Mbarara, Merama, Chitwe na Lugarama. Alipowagundua tena wale polisi wenye mitutu, tumbo lilipata joto upya. Akayahama maeneo yale mara moja, akakamata njia ya machakani iliyopitia kwenye mabonde na miinuko ya Merama. Uchovu na maumivu ya tumbo vilizidi kumtesa, hatimaye alikata shauri kukodisha bodaboda iliyompeleka hadi Barabara Kuu. Kufika Barabara Kuu, usafiri ulikuwa bwerere, akapanda basi la kuelekea mji wa Chondo. Katika vitongoji vya Rwemikoma na Nyakagando, dereva alisimama kwa muda mrefu ili wasafiri wakajisaidie. Tumbo la kuendesha halikumpatia faraja hata kidogo, halafu macho ya mashaka ya wasafiri wengine yalizidi kumtia hofu. Alitamani kupotelea tena maporini. Alipowasili Chondo vijijini, wanakijiji walimwonyesha mara moja yalipo makazi ya dada yake. Hapakuwa na mtu pale kijijini ambaye hakumjua dada yake kwani alifahamika kama *Mganda Mtanzania.* Na shemeji yake alifahamika kama, *Komba* kwa tabia yake ya kushinda vilabuni. Dada yake hakujua kama ampokee au la, *kisebusebu na kiroho papo* kilimtesa kwani iwapo angemkaribisha, halafu polisi waje, basi yeye pia angekuwa hatiani kwa kosa la kushirikiana na jangili. Lakini shemeji yake hakujali kitu chochote, alimkaribisha kwa moyo wote. Alimwonya jambo moja tu, kuwa asitoke nje kwa nusu mwaka mzima. Godi alitii amri. Akawapa pesa zote za Kitanzania na zile za Kikenya tu, zile za Kimarekani pamoja na madini alivificha kwanza. Godi hakuchoka kumuwaza jambazi mwenzie na aliomba Mungu wasibambwe.

Sura ya 6

Mali Bila Daftari Hupotea Bila Habari

Mrisho Lema alikimbilia maeneo ya Mlima Kilimanjaro, kule alikuwa mwenyeji, alikuwa nyumbani. Alichukua njia ya Machame kuelekea Mlimani. Ilipata usiku wa manane alipowasili nyumbani kwao. Akamhadithia mdogo wake aitwaye Macha habari nzima. Pia, alimtaja Malaika, akasema siku apatapo muda wa kutosha, angemweleza kwa marefu na mapana kuhusu binti huyu. Macha hakuwa na shaka kuwa kaka yake alikuwa na uhusiano wa kimapenzi na binti huyu. Ndugu wale walikuwa chanda na pete, walikua pamoja na walisaidiana katika kila jambo. Akamkabidhi pesa zote. Macha alitumbua macho kwani hakuwahi maishani mwake kuziona pesa nyingi kama zile. Dola za Kimarekani zilimchanganya akili zaidi. Akamshauri mdogo wake anunue kiwanja kikubwa, halafu ajenge nyumba kubwa ya kupangisha. Pembeni ya nyumba afunguwe kilabu ya mbege na nyamachoma. Habari ya kununua magari alimkataza kwani haikuwa na tija ya kudumu, alidai Mrisho Lema. Akamwomba pia awatunze bibi na babu yao. Mwishowe alimwambia angekwenda kwanza kuishi kwenye pori la Mlima Kilimanjaro ajihami kwanza na polisi. Aliaga na kutokomea gizani. Macha alimkimbilia na kumshika bega, alikuwa na maswali mengi. "Sasa tutakutania wapi, tutakutana lini, utaishi wapi, utakula nini, nikitaka kukuona, nitakupata wapi, je unahitaji msaada wowote, je, una mahali pa kulala?" Alirudia rudia yale maswali huku macho yakimpepesa kwa hofu. Mrisho Lema alifurahishwa na maswali yake, akamwonyesha tu begi lake kubwa lililofanana na mabegi ya watalii waliokuja kupanda Mlima Kilimanjaro au kutembelea mbuga za wanyama. "Humu ndani mna kila kitu, mna hema, blangeti la kitalii la zipu na kigodoro cha kitalii cha nailoni. Tosha kabisa!" Macha hakuridhika, alizidi kuhoji. "Na chakula utakipatia wapi, *Bro?*"

"Kuhusu chakula hilo lisikuchoshe kabisa, kipo tele kule Mlimani. Mlima ni wangu, ni nyumbani." Lakini jibu lake halikumridhisha mdogo wake. Alitaka kujua mengi. "Sasa tutakutania wapi na lini?"

"Baada ya majuma mawili, nitashuka, naomba tukutane papahapa, majira haya haya. Sawa?" Alipoiba jicho kwenye saa yake, alibaini kuwa muda umempa kisogo, akamuaga na kuishika njia. Kabla hajatokomea, alisema kwa sauti ya chini. "Hakikisha koko, hatakiwi kufahamu kitu chochote kwani anaweza kuharibu mipango!" Macha alibaki kutingisha kichwa tu. Jambazi likatokomea porini. Majuma mawili yalipotimu, alishuka mlimani kama alivyoahidi. Macha alikuwa akimsubiri kwa hamu. Mrisho Lema alimwelekeza mdogo wake maficho yake, wakapatana kuwa awe akienda kumtembelea kila baada ya majuma mawili kumpelekea mahitaji ya muhimu. Macha akawafahamisha ndugu zake wote juu ya msako wa ndugu yao. Ni bibi peke yake ndiye aliyefichwa habari ile. Polisi walikuwa wakija nyumbani mara kwa mara, tena kwa kushitukizia. Bibi alishirikiana nao bega kwa bega, aliwaomba na kuwasihi wamsaidie kumtafuta mjukuu wake, kipenzi chake. Haikuwa akilini mwake kwamba endapo mjukuu wake angepatikana, angekwenda kuzeekea na hata kufia gerezani. Polisi waliwashauri wanakijiji na ndugu wa familia watunze ushirikiano. Bibi alipoingia chumbani mwake kupumzika, Macha aliwaonyesha ndugu wengine wote yale mabunda ya pesa. Halafu aliwapa maagizo yote aliyopewa na mwenye mali. Pia aliwasihi sana waheshimu ombi lake kuwa wasijaaliwe kuifichuwa siri ya maficho yake. Babu yao aliwapa wazo zuri. "Tusubiri kwanza muda upite, miaka miwili mitatu au hata zaidi, ndio tuanze kutekeleza matakwa yake. Haya mabunda ya pesa itabidi tuyafiche kwanza kwenye zizi la ng'ombe. Nitayahifadhi kwenye mfuko wa nailoni halafu tuyachimbie katikati ya zizi." Aliendelea kushauri, "Tukifanya mabadiliko makubwa ya ghafla, polisi watashituka, watatushuku na hatimaye tupelekwe kotini. Hilo silitaki kabisa, sitaki kwenda kuzeekea magereza na huu umri mkongwe niliokuwa nao, kwa kweli itakuwa fedheha kubwa sana!" Alisisitiza babu. "Hakuna hata mmoja kati yetu anayependa kupelekwa mbele ya sheria, Akwi." Mjomba aliongezea. "Hivyo naunga mkono ushauri wa Akwi."

* * *

Macha alikuwa mwangalifu sana kila alipokuwa akienda Mlimani kumjulia hali kaka yake. Haikuwa kazi rahisi kuyapata maficho ya kaka yake kwani yalikuwa uchochoroni kiasi kwamba, mara nyingi, ilimbidi atambae chini ya vichaka vilivyofungamana. Baridi ya Mlimani ilizizima hadi kwenye utumbo, utando wa ukungu ulimziba kuipata njia vizuri. Alishikwa na hofu ya kukutana na nyati au tembo. Lakini alichokihofia zaidi, ilikuwa kubambwa na vyombo vya umma, alidhani labda palikuwa na watu waliokuwa wanampeleleza. Alipofanikiwa kufika, kaka yake alimlaki kwa shangwe. Aliyafurahia mahitaji yote aliyoletewa. Baada ya kupata kikombe cha chai pamoja, Mrisho Lema alikuwa na mengi ya kumweleza mdogo wake. Macha halikadhalika, alikuwa na mengi ya kumtaarifu kaka yake, hasa kuhusu polisi waliokuwa wakija mara kwa mara kumsaka. Hata hivyo, Mrisho Lema alitaka kuongea yeye kwanza, aliongea kama cherehani, na chochote alichokizungumza kilihusu hoja za kimapinduzi tu. "Ukiwa na elimu utatawala dunia nzima. Hata kama nchi yetu ina utajiri mkubwa sana, lakini bila elimu, utajiri wote ni bure tu. Ni sawa sawa na ile methali isemayo, *mali bila daftari hupotea bila habari*. Ndiyo maana nimekuomba ulipe kipaumbele suala la elimu kijijini mwetu na familia yetu. Pia, kuna binti mmoja, jina lake Malaika, huyu pia anahitaji kusaidiwa ili arudi shule. Ni binti mpole sana. Nitakueleza zaidi kuhusu huyu binti."

"Nakusikiliza *Bro*." Macha alimjibu taratibu. Mrisho Lema alimtolea macho huku akimwuliza kilugha. "Hembu jiulize mwenyewe, kwa nini Wazungu wanatawala dunia nzima? Elimu, mdogo wangu! Wamegundua kuwa elimu ni tochi gizani." Macha alitafuta mahala pa kujipweteka kwani hotuba za kimapinduzi za kaka yake hazikwisha. "Nakusikiliza *Bro*." Alimtia hamasa aendelee. "Hebu jiulize mwenyewe," Mrisho Lema aliendelea, "Kwa nini mataifa yote, kwa nini dunia nzima inakimbilia huku kwetu Afrika?" Macho yalizidi kumtoka. "Kwa sababu Afrika imetunukiwa mali asili nyingi sana. Lakini tatizo la Afrika ni moja tu, limekosa viongozi wenye mchakato mzuri wa kutuendeleza. Viongozi wenye itikadi ya miundo mbinu, hatuna!" Macha aliinamisha kichwa. Kaka yake aliendelea kuhutubia. "Ashakum si matusi, mdogo wangu, lakini bara letu la Afrika limekuwa kama kahaba. Ninalifananisha na kahaba kwa sababu tabia ya ukahaba siipendi kabisa. Mwanamke hatakiwi kuwa kahaba. Mwanamke ni wa kupendwa, kubembelezwa na kupatiwa elimu ya kutosha kama ilivyo kwa watoto wa kiume. Halafu kumbuka kwamba, umuelimishapo mwanamke, umeielimisha jamii nzima." Alipangusa mate kwenye kingo za midomo, jasho lilikuwa likimtoka pajini japo baridi ilipenyeza hadi tumboni, kidari chake kikavu kilitweta kwa kasi.

"Nakusikiliza *Bro*."

Mrisho Lema alitikisa kichwa mara kwa mara akiwa anaendelea kuhutubia, "Maisha ya kikahaba si maisha, *Bro*, maisha hayo hatuyataki tena, yametuchosha kabisa. Tuna haki zetu, tuna mila zetu, tuna desturi zetu, tuna imani zetu na tuna miiko yetu pia, tuna haki na tuna nia na uwezo wa kujikwamua kutoka hali ya ukahaba, tuna uwezo, nia na sababu ya kuliinua bara letu kwa mikono yetu wenyewe. Misaada ya kigeni yenye malengo ya kutuendeleza kiuchumi si misaada bali mtego wa kiuchumi tu ambao huwanufaisha wao na kutuacha sisi fukara. Wanajiita wafadhili lakini hawa si wafadhili. Wanatufadhili kitu gani? Misaada yenye vikwazo, fadhila za masharti, zenye mikakati migumu, si fadhila hizo bali ni mtego wa kiuchumi. Ni misaada ya manyanyaso, ya kiwiziwizi tu. Tumechoka kuambiwa na kuamrishwa nini cha kufanya barani mwetu wenyewe!"

"Nakusikiliza *Bro*." Macha aliendelea kuinamisha kichwa huku akimsikiliza kwa umakini mkubwa.

"Mbona sisi hatujaenda huko kwao kuwapangia, nini cha kufanya?"

"Nakusikiliza *Bro*." Kichwa kilimkubalia kwa kucheza.

"Tunachotakiwa ni kujituma sisi wenyewe. Tunachotakiwa ni kuhusishwa katika maamuzi ya kisiasa na kiuchumi katika masoko ya dunia na katika mikutano ya kidunia. Hatuwezi tena kukubali kupangiwa bei za bidhaa zetu wenyewe, mali ghafi ni yetu. Tuna haki ya kuzipangia bidhaa zetu bei tuzitakazo sisi wenyewe. Kama hawataki, wabaki na mapesa yao, sisi tutabaki na mali ghafi zetu."

"Nakusikiliza *Bro*." Kichwa cha Macha kilinesa kumkubalia.

"Historia inatufundisha kuwa mifumo ya kitumwa, mifumo ya kikoloni, na mifumo ya kibaguzi, yote hii iliingizwa barani mwetu kupitia siasa hiihii ya ulaghai yenye nakshi za ufadhili. Siasa ya ulaghai yenye nakshi ya ufadhili bado ipo barani mwetu, imejificha kwenye mfumo wa ukoloni mamboleo. Wanyonyaji wanaingia nchini mwetu kila siku. Wanakuja na kuungana na baadhi ya viongozi wetu kutukandamiza, na hatimaye kutuongezea na kutuzidishia umasikini wa kifikra."

"Nakusikiliza *Bro*."

"Haya madini, hizi pesa, mali yote hii, ni yetu, nimeyakwafua mahali." Macha alinyanyua macho ghafla. Alishikwa na hofu ya ajabu. "*Bro,* unataka kuniambia kwamba haya madini umempora mtu?" Sauti ilidadisi na kushutumu kwa wakati mmoja.

"Niliyachukua. Sikumpora." Aliendelea kueleza, "Mali ya nchi yangu ni yangu. Sikumpora, niliyachukua tu, niliyazuiya yasitoke nchini kimagendo."

"Hiyo ni dhambi, *Bro*!" Alimshutumu.

"Hivi unajua uongealo Macha, mdogo wangu?" Alimtolea macho. "Watoto wangapi wanakufa njaa barani Afrika wakati chakula kipo. Wangapi hawana elimu wakati elimu ipo. Hawa wahujumu uchumi ndiyo wanaotutia umasikini. Fikiria sana hilo."

"Nakusikiliza *Bro.*" Macha hakutaka kabisa kubishana naye.

"Historia inatufundisha kwamba, tulifanywa watumwa na kudhalilishwa vya kutosha. Kule Afrika Magharibi, Waafrika wengi walirundikwa melini na kupelekwa mabara ya Amerika. Wengine walipelekwa kwenye visiwa vya Karibiki. Kule waliteseka na kufariki kwenye mashamba ya miwa, pamba, katani na tumbaku. Halafu wamekatiwa majina ya kashfa na kuitwa Wanegro kutokana na Uafrika wao, jina hilo limewashushia hadhi hadi leo. Hawathaminiwi kama wathaminiwavyo binadamu wengine." Alimsogelea na kumshika bega. "Niamini *Bro*, mpaka dakika hii, bado wanadhalilishwa. Uafrika wao umewaweka tabaka la chini kabisa katika jamii. Wamenyimwa elimu ya kutosha, wamenyimwa kazi za maana. Ukifika kwenye magereza ya Marekani, asilimia kubwa ya wafungwa ni Weusi. Jiulize mwenyewe, kwa nini?"

"Nakusikiliza *Bro.*"

"Hapa Afrika Mashariki, tumeteseka vilevile katika biashara ya utumwa. Tumepelekwa kwenye mashamba ya karafuu, iliki na mkonge. Tumepelekwa kwenye nchi tusizozijua. Tumefungwa minyororo shingoni na miguuni, tumeteseka jua na njaa, tumepoteza maisha kama panzi. Akina mama zetu wamebakwa na kuzalishwa. Wamefungishwa ndoa za lazima kinyume cha matakwa yao. Wamefanywa vijakazi na kugeuzwa masuria. Akina baba tumehasiwa ili tusiendeleze kizazi.

Tumenyanyasika, hatukuthaminiwa kama binadamu kamili. Jiulize mwenyewe, kwa nini?"

"Kuhasiwa ndiyo nini, *Bro?*"

"Ni kuondolewa uume wote, huwezi tena kupata watoto"

"Huu ni unyama wa hali ya juu!" Macho yalimtoka Macha.

"Kule Afrika Kusini, mifumo ya kibaguzi inanyanyasa zaidi Weusi. Mifumo hii ya kibaguzi imewanyima elimu na makazi bora. Wengi wanaishi kimasikini, ajira za maana hawana. Matokeo yake sasa ni adha ya UKIMWI, pombe, dawa za kulevya na kujinyonga, wengi wameathirika kifikra. Jiulize mwenyewe, kwa nini?"

"Nakusikiliza *Bro.*"

"Na kule Afrika ya Kaskazini, dunia nzima inaamini kuwa Afrika ya Kaskazini haihusiani kabisa na bara letu la Afrika bali ni moja ya eneo la Bara Arab. Jiulize mwenyewe, kwa nini?"

"Nakusikiliza *Bro.*"

"Nia yao ni kutubagua na kutuchonganisha ili watutawale kirahisi na kutuibia kiulaini. Siasa zote za kibepari zina lengo moja tu; KUBAGUA, KUSAMBARATISHA na KUIBA." Alifoka. "Siasa za kibepari ni siasa chonganishi, hazitaki tupendane bali tuchukiane, hazitaki tushirikiane bali tupigane vita vya wenyewe kwa wenyewe. Siasa za kibepari hutumia udhaifu wa jamii zenye migogoro kujinufaisha wenyewe."

"Nakusikiliza *Bro.*"

"Afrika ikikosa amani, nchi za nje hushеherekea kwa sababu wanafahamu kuwa amani katika nchi au katika jamii, ni msingi wa maendeleo, ni ngao. Ndiyo maana nchi za nje hutumia kila aina ya ulaghai kutusambaratisha." Alisisitiza kwa kugongesha viganja vyake vikavu.

"Nakusikiliza *Bro.*"

"Mabepari huwatumia viongozi wetu kututawala. Kwa bahati nzuri si viongozi wote wa Kiafrika wamekubali kulaghaishwa, hapana, hili lazima liwekwe wazi. Viongozi kama Patrice Lumumba, Samora Machel na Thomas Sankara, hawa hawakushawishika hata kidogo, ndio maana maisha yao yalifupishwa."

Macha hakuamini kuwa kaka yake ndiye mtoa hotuba kuntu kama ile, ilikuwa hotuba ya kimapinduzi, katiba yenye mwamko, katiba iliyotakiwa itoke vinywani mwa wasomi, marais na mawaziri. Lakini ilitoka kwa kaka yake mwenyewe ambaye ameishia kidato cha pili tu! Mrisho Lema alinyanyuka na kuingia hemani mwake. Aliporudi, alikuja na lile begi lake kama la watalii. Akachomoa vitabu vitatu vilivyokuwa vikuu kuu, ambavyo kurasa zake zilikuwa zimeachama, ishara ya kwamba vimekuwa vikisomwa mara kwa mara. "Hivi vitabu ni muhimu sana, hasa kwetu sisi Waafrika. Ni vitabu vinavyokufanya ufikiri, utafiti, ujiulize, wewe ni nani, nafasi yako iko wapi hapa duniani, na una umuhimu gani katika dunia hii." Akavimpa. Lakini Macha hakujua kama avipokee au la. Kaka yake alimuamuru avipokee. "Kuanzia leo ni vyako. Vina ujumbe mzito sana. Ujumbe nyeti. Nimesha visoma mara miamia na nimelitafakari kila neno, kila sentensi na kila ujumbe ulioandikwa. Jaribu kuvisoma ili wewe pia uielewe hali halisi ya maisha ya Waafrika, visome uelewe ina maana gani kuwa Mwafrika, visome, ujuwe jinsi serikali zetu zinavyoendeshwa baada ya kutwaa uhuru. Halafu cha muhimu zaidi..." alisisitiza: "... baada ya kuvisoma, nenda kaueneze ujumbe wake." Viwili viliandikwa na Frantz Fanon, mwanaharakati mashuhuri wa karne ya ishirini. Cha kwanza kiliitwa, *The Wretch of The Earth* (Wanyonge wa Dunia) na cha pili kiliitwa, *Black Skin White Masks* (Ngozi Nyeusi, Vinyago Vyeupe), "Vitabu hivi vimechangia pakubwa katika ukombozi wa Afrika." Alisema Mrisho Lema kwa kujiamini. Macha alimwitikia kwa kukitikisa kichwa. Mrisho Lema alimpatia kitabu kingine tena, "Hiki kimeandikwa na mwanaharakati mashuhuri wa Afrika Kusini, kwa jina Steve Biko, kinaitwa, *I Write What I Like*, (Naandika Nikipendacho). "Dhana kuu ya hiki kitabu ni kuikomboa Afrika Kusini kutoka siasa ya kibaguzi." Macha alivipokea na kuvipitia kijuu juu tu, kisha alivirudisha, "*Bro*, naona vibaki kwanza hapa ili vikusaidie kukupunguzia upweke. Nitavichukua hapo baadaye utakaporudi kijijini." Mrisho Lema alifurahishwa na hekima ya mdogo wake, akamwomba amwahidi kuwa angevichukua hapo baadaye.

"Ahadi deni, *Bro*." Macha alimhakikishia.

"Kipindi kile napandisha watalii huku Mlimani, nilikutana na kijana mmoja wa taifa la Uingereza kwa jina KirkPatrick." Mrisho Lema alimhadithia mdogo wake habari yote. "Kwa bahati mbaya, hakufanikiwa kufika kileleni kwani alichafukwa tumbo ghafla, akaanza kutapika, afya ikazidi kuwa mbaya baada ya kuingia kambi ya *Horombo*, ikabidi ateremshwe haraka sana, akawahishwa Hospitali. Tulipomfikisha Hospitali, nikampa moyo kwa kumwambia, "Ukijaaliwa kuja tena nchini nina uhakika utafanikiwa kufika hadi kileleni." Nikamuaga ili nirudi mlimani kuwahudumia watalii wengine. Akasema kwa sauti ya uchovu angeshukuru sana kama ningeichukua kamera yake nimsaidie kupiga picha za kilele cha Mlima. Lakini kabla hajanikabidhi hiyo Kamera, alitaka kwanza nimhakikishie uaminifu wangu. Jambo lile halikunipendeza, nikamwambia aombe msaada kwa wazungu wenzake. Akasema nimemwelewa vibaya, akaeleza, "Hii kamera nimeichangia pesa kwa zaidi ya miaka kumi hadi kuweza kuinunua. Ina umuhimu mkubwa sana kwangu. Niwie radhi."

"Hayo ni matatizo yako." Nilimjibu bila kujali.

"Niwie radhi, Mrisho Lema." Alisihi.

"Dunia nzima ina hulka ya kutoamini Waafrika." Nilimwambia palepale.

"Bwana Mrisho Lema, nadhani umenielewa vibaya." Alijitetea.

"Kumbuka kwamba, hii ni nchi yangu. Ukoloni tulishautokomeza tangu miaka mingi sana. Sisi ni nchi na watu huru." Nilimwambia.

"Mrisho Lema, naamini umenielewa vibaya." Alisema mara kumikumi. Hatimaye nilimkubalia kuipokea kamera ile, baada ya juma, tuliteremka, nikampatia kamera yake. Akanishukuru kwa kunipa hivi vitabu vya Frantz Fanon. Hiki cha Steve Biko nilikinunua mwenyewe mjini kwa wauza vitabu wa rejareja. Nilihitaji sana kukisoma maana kipindi nafanya kazi kule migodini, makaburu waliniita jina la *Steve Biko Mtanzania.* Nikataka kumfahamu huyu Steve Biko ni mtu wa namna gani.

"Sasa hii habari ya mtalii inahusiana vipi na maisha yetu, *Bro?*" Macha alihoji.

"Inahusiana sana na maisha yetu, mdogo wangu. Najaribu kukupa mifano ya maisha niliyoyapitia ili ufahamu kwamba haki ya mtu haipatikani kirahisi rahisi au bure, haki hupiganiwa. Uhuru wetu tuliupata kwa kuupigania kisiasa. Nataka wewe pia uwe mmoja wa watu wasiokubali kuonewa na kunyanyaswa. Nataka uwe mmoja wa watu wanaopigania haki sawa za binadamu. Nataka uwe mmoja wa watu wanaopigania haki za watoto wa kike. Haki yetu lazima ipiganiwe kila siku ili vizazi vijavyo vifaidike."

"Sasa nimekuelewa *Bro* wangu."

Hatimaye, Mrisho Lema alimtaja tena Malaika, akamwambia mdogo wake kuwa wapatapo muda wa kutosha, angemweleza kuhusu Malaika. Macha alitamani kufahamu habari ya binti yule maana Mrisho Lema alimtaja muda wote.

Sura ya 7

Mvumilivu Hula Mbivu

Mwaka lishapita tangu Mrisho Lema akimbilie Mlimani. Mwanzoni mwa mwaka wa pili, msako dhidi yake ulififia hadi kusahaulika kabisa. Hata hivyo, Macha alikuwa makini sana aendapo kumtembelea. Alimpelekea vyakula vya kudumu vya makopo, *mitanda* ya nyama ya mbuzi, unga wa sembe, maharage, mahindi ya kukoboa na *makopa* ya ndizi. Nakala mbalimbali za magazeti alimpelekea pia pamoja na betri za redio ili afahamu kilichokuwa kinaendelea duniani. Babu alitilia sana mkazo kuwa apelekewe chandarua kingine, mabrangeti mapya, na masweta na makoti mazito zaidi. "Ni muhimu sana, baridi ya Mlimani naielewa vizuri sana, si ya kuchezea." Alimwomba Macha ahakikishe Mrisho Lema anayavaa yale masweta na makoti.

Jioni moja, babu aliamua kumhadithia mkewe kila kitu. Bibi alisikitika na kulalamika kuwa kwa nini hakuambiwa tangu mwanzo. "Kwa nini mmekuwa mkinificha miaka yote hiyo, ina maana hamniamini?" Alishutumu, "Kwa hilo sintokusamehe, mume wangu. Umenikwaza sana."

"Ushirikiano wako wa bega kwa bega na polisi ulitutia sana wasiwasi." Babu alimfahamisha kwa sauti tulivu.

"Mimi kushirikiana na polisi ni kwa sababu nilitaka mjukuu wangu arudishwe nyumbani salama salimini." Alisema kwa kufoka.

"Wewe mwanamke unachekesha kwelikweli, inadhihirisha kuwa hufahamu jinsi vyombo vya umma vinavyofanya kazi. Fahamu kuwa, mara atiwapo mbaroni na polisi atakwenda kuzeekea na kufia jela." Bibi hakukijali alichosema mumewe bali kuendelea kumshutumu siku nzima. "Umeniudhi sana, mume wangu. Kweli umenikwaza."

"Basi niwie radhi, tafadhali." Hakutaka kuendekeza malumbano.

* * *

Pesa ya Mrisho Lema ilinufaisha familia nzima. Hata kama palikuwa na malumbano ya hapa na pale, wote walinufaika. Macha alijenga nyumba kubwa ya kupangisha kama alivyoagizwa. Mjomba na shangazi walifungua kilabu ya kuuza pombe. Kilabu nyingine ya pombe iliendeshwa na Alice na Grace, dada zao Mrisho Lema na Macha. Bibi na babu waliezekewa bati kwenye nyumba, wakawekewa pia kijana wa kukatia ng'ombe majani na kusimamia shamba la migomba na kahawa. Maria, mchumba wa Mrisho Lema, aliendelea kuishi pale nyumbani kwa bibi na babu, yeye alifunguliwa saluni ya kusuka nywele. Macha kamwe hakusahau ombi la kaka yake la kutoa misaada ya kitaaluma katika shule ya kijiji chao. Alichangia katika ununuzi wa madawati, chaki na katika shughuli za ujenzi wa vyoo vilivyo safi na bora.

Mwishoni mwa mwaka wa pili, Mrisho Lema alitamani kuja nyumbani kuwaona ndugu zake, hamu ya kumwona mchumba wake, Maria, haikumithilika. Usiku wa manane, tena kwa siri sana, aliteremka. Bibi hakutakiwa kumwona kwani hali ya Mrisho Lema haikuwa nzuri, mwili ulipungua uzito kupita kiasi. Shangazi akawa anajitahidi kumpikia supu ya ng'ombe na mtori ili atie nguvu mwilini. Alipozoeya kuja nyumbani, aliomba kwenda nyuma ya nyumba kuyaona makaburi ya wazazi wake waliofariki dunia kwa ajali ya gari wakati alipokuwa bado kijana mdogo sana. Hatimaye aliwaomba pia wamruhusu akutane na nyanya yake. "Hapana. Haiwezekani!" Babu hakumficha juu ya afya yake. "Nyanya yako akikuona na hali uliyokuwa nayo, ataumia moyo, si unaelewa wewe ni kipenzi chake!" Hata hivyo, aling'ang'ania aruhusiwe. "Nitavaa koti kubwa, hatayaona mafupa yangu." Lakini alipocheka, mashavu badala ya kutokeza nje, yalididimia ndani, taswira ilileta umkongwe kuliko umri wake. Alivyozidi kung'ang'ania akutane na bibi yake, babu hakumpinga tena, akaagiza bibi aletwe. Alice alinyanyuka na kwenda kumleta. Alipojongea jikoni, wa kwanza kumwona alikuwa mjukuu wake mpotevu, akakosa nguvu palepale, akaanguka chini puu! Macha na Alice wakamdaka na kumketisha kitandani, ubavuni mwa mjukuu wake mpotevu. Mrisho Lema aliushika mkono wa bibi yake kumfariji. "Koko, usiwe na wasiwasi, usiwe na wasiwasi kabisa, Koko wangu. Mimi mzima wa afya na nina furaha kukuona tena." Bibi alijikaza, lakini moyo ulikuwa mzito kama *habta*. "Umekondeana sana, mjukuu wangu."

Halafu alimsihi. "Kwa nini usirudi tu nyumbani tukuchinjie kambuzi, unywe supu, urudishe mwili?"

"Karibu nitarudi nyumbani, koko mwangu, tusubiri mwaka huu utimu kwanza halafu nitarudi nyumbani rasmi, *mvumilivu hula mbivu,* vutavuta kwanza subira." Alimwahidi. Lakini bibi hakutaka kusikia chochote zaidi ya kumtaka arudi haraka iwezekanavyo. "Hapana, hapana, mjukuu wangu, huwezi kusubiri mpaka mwaka umalizike. Je, nikifa kabla hujarudi, itakuwaje? Je, ukiraruriwa na mafisi au kumalizwa na baridi kule mlimani, nitaishije bila mjukuu wangu, kipenzi changu?" Alisema kwa unyenyekevu. Bila ya kutarajia, alikuja na wazo jipya, akamshauri mjukuu wake aende polisi kujisalimisha, kisha aliangua kilio kikali, lia yake ilishitusha majirani, wakadhani kumekufa mtu. Mrisho Lema ikabidi ajifiche darini pale jirani yao, Mzee Mtei Njaro, alipokuja kuulizia kuhusu kilio kile. "Mbona nimesikia kilio kwenye hii boma. Kuna nini?"

"Ni koko tu, yale magoti yake yanamsumbua tena." Babu ilibidi aongope.

"Sugulia samli ya ng'ombe, inasaidia sana." Aliwashauri na kisha kuaga. Tangu siku ile, Mrisho Lema hakuwa akija tena kuwaona. Wote walisikitika sana. Ni Macha peke yake ndiye aliyepata nafasi ya kwenda kumwona kila baada ya majuma mawili. Alipokwenda kumtembelea mara ya mwisho, Mrisho Lema alimwambia mdogo wake kuwa siku apatapo muda wa kutosha, angemweleza kuhusu msichana Malaika. Macha alikunja uso maana kaka yake alitaja jina la Malaika muda wote. Hakuipata tena shaka kuwa walikuwa wapenzi. Macha alishangaa kwani kaka yake alikuwa tayari amechumbia msichana mwingine, Maria.

"Huyu msichana ananihitaji kuliko msichana mwingine hapa duniani." Alidai Mrisho Lema.

"Na Maria je?" Alidadisi Macha huku ameukunja uso.

"Maria na Malaika ni vitu viwili tofauti, kila mmoja ana sifa na nafasi yake ndani ya moyo wangu."

"Hata sikuelewi *bro*."

"Basi kuwa mvumilivu kwanza. Nikipata fursa nzuri, nitakueleza mengi zaidi kuhusu huyu waridi." Macha alirudisha kichwa nyuma kwa mshangao aliposikia sifa aliyopewa msichana yule, *waridi*.

* * *

Maisha ya porini yalizidi kuathiri afya yake. Baridi kali ya mlimani ilimletea mafua makali. Asubuhi moja, alipata homa kali ya ghafla, na hakumpata mtu wa kumsaidia. Nazo dawa za kumpunguzia maumivu hakuwa nazo. Alijitahidi kujiganga kwa kunywa chai ya majani pori, hata hivyo haikusaidia kuliondoa joto kali lililokuwa linautikisa mwili wake ambao tayari ulikuwa dhoofu. Akazidiwa kiasi cha kuamua kurudi nyumbani mara tu mdogo wake ajapo kumtembelea tena, hakujali tena kuwa pengine angebambwa na vyombo vya umma. Hali ilipozidi kuwa mbaya, aliamua kushuka mwenyewe mlimani, lakini hakumudu hata kuunyanyua mguu, homa ilivikakamaza viungo vyote, kikohozi nacho kilizibana mbavu akawa anahema kwa taabu. Akaanza kuita akitumai labda angesikiwa na mtu yeyote aliyepata kuwa karibu na maficho yake. Hakuna aliyetokezea hivyo aliikubali jaala yake, akajikunyata ndani ya hema lake na kufanana na furushi la mtumba huku ameyavaa masweta na makoti yote aliyoletewa na mdogo wake. Mablangeti yote sita alijigubika nayo na kusubiri tamati yake, umauti. Usingizi ukamteka, akapungukiwa na maumivu. Alilala kutwa nzima, alipoamka, alijisikia afueni kidogo. Bunda la biskuti lilimwezesha kuyaepuka mauti ya haraka. Hakuchoka kumwomba Mungu amrejeshe mdogo wake haraka iwezekanavyo. Mvua kali ilikuwa inakunya, japo haikuwa na meno, ilinguruma kama simba dume kule mwituni, baridi iliendelea kumnyukua, ukungu ukatandawaa kote, hakuona hata umbali wa meta mbili, upweke ukawa mrefu kushinda siku zote za nyuma, macho yaliyokuwa lege na dhoofu, yakabaki yanaangalia matone ya mvua yaliyokuwa yakidondokea kondeni, twa, twa, twa, tone moja baada ya jingine lilidondokea kwenye ncha za majani na kwenye ncha za vibanzi vikavu. Nyimbo za videge mwitu, milio ya mbega na wanyama wengine, ilimpa matumaini kuwa hakuwa mwenyewe kule porini. Pua au jicho vilipowasha, ilimchukua muda hadi kupafikia panapowasha kwani aliishiwa nguvu moja kwa moja, akili ikaanza kuona maruweruwe, bila ya kujijua, kinywa kilimfunguka, akaanza kuimba wimbo wa taifa, lakini mkwaruzo kooni haukumruhusu kuipata sauti, akabaki kukoroma tu.

Macha alipokuja tena kumtembelea, alimkuta kaka yake yu mahututi wa kuaga dunia dakika yoyote. Hata sauti haikumtoka tena, macho yalikuwa yamekwisha fumba tayari, pumzi ilibadilika, ilikuwa mara ndefu mara fupi. Bila ya kuchelewa, alimtia begani na kutimua mbio kama za mwizi. Wepesi wa kaka yake ulikuwa sawa na gunia la sufi, udenda wa mgonjwa ulilowesha shati la Macha, lakini hakujali, alimpa moyo. "Tukifika nyumbani tu, tutamuita bwana mganga mara moja ili upatiwe tiba ya dharura, vumilia *Bro* wangu." Akilini mwake, hata hivyo, alifahamu kabisa kuwa maisha ya kaka yake yamefikia tamati. Wazo lile liliyabana mapafu kiasi cha kushindwa kuhema vizuri. Walipofika kijijini, giza lilikuwa limeshaigubika dunia tayari. Macha alifurahi maana lilisaidia kuyagubika macho ya walimwengu. Mjomba alipowaona tu, aliingiwa na hofu ya ajabu,

"Lazima tumpeleke Hospitali mara moja." Macha alimwangalia kwa macho yaliyojaa maswali. Alimuuliza, "Je, umesahau kwamba anasakwa na serikali, umesahau kuwa vyombo vya umma vinamsaka kwa udi na uvumba?" Mjomba hakumjali, akasema, "Lazima apelekwe Hospitali, tena leo hiihii, sasa hivi!" Wakamwogesha, kumkata kucha na kumyoa madevu yaliyofika hadi kifuani. Hawakuweza kumpigisha mswaki kwani kinywa hakikumfunguka tena. Masurupwete aliyokuwa ameyavaa, waliyatupia motoni na kumvisha nguo nadhifu. Kule Hospitali, hakuna aliyemtambuwa kwani ndugu zake walimbadilisha jina wakamwita Decius Mruma. Alipatiwa matibabu kama wagonjwa wengine. Baada ya kupimwa siku mbili mfululizo, ikagundulika kuwa alikuwa akisumbuliwa na maradhi ya nimonia na pumu. "Ugonjwa umekwisha kula mapafu, figo na kupenyeza mifupani mwote." Bwana mganga aliyekuwa akimtibu, Dakitari Bwana Maliki, aliwaeleza.

"Ndio kusema?" Mjomba aliuliza kwa sauti iliyolazimu kupatiwa jibu palepale.

"Hakuna la kufanya zaidi ya kumpatia vidonge vya kuua maumivu tu. Akashauri kwa kusema kuwa, "Kinachotakiwa sasa ni kumpatia vyakula vyenye madini mbalimbali, kwa mfano, matunda kwa wingi, mayai pamoja na maziwa mabichi. Nyama kwa wingi pia ni muhimu."

Juma la kesho yake, vipimo vya damu vilionyesha kuwa Mrisho Lema alikuwa pia akiugua saratani ya damu. Bwana Mganga aligundua pia kuwa mgonjwa alikuwa ameathirika kisaikolojia. Alipopata unafuu tu, alianza upya kuhutubia zile siasa zake za kimapinduzi. Daktari Mkuu, Bwana Saukiwa Saleku, akaanza kumtilia mashaka. Na pale alipopata fununu kuwa alikuwa ni lile jangili lililokuwa likisakwa zaidi ya miaka minne iliyopita, aliita polisi mara moja waje wapembue kiundani. Daktari Bwana Maliki alipopata habari zile, aliwafahamisha ndugu wa mgonjwa mara moja. Macha hakupata wazo jingine zaidi ya kumtorosha kaka yake siku ileile. Lakini mjomba hakuafiki wazo lile. "Na hali aliyokuwa nayo, si atafia njiani huyu jamani!" Alisononeka.

"Ni bora akafie njiani kuliko kufia jela. Namwelewa kaka yangu kuliko mtu mwingine yeyote." Macha alimfahamisha kwa sauti ya pupa. Siku iliyofuata, Macha alikwenda mwenyewe Hospitali kumfahamisha kaka yake kila kitu. Hakumficha hata neno moja. Mrisho Lema alimsikiliza mdogo wake kwa utulivu mkubwa, hatimaye alimwomba amsaidie kutekeleza mambo mawili. Lakini Macha alitaka watoroke kwanza, mambo mengine baadaye. "Vyombo vya umma vikikutia mbaroni hutapona tena, *Bro* wangu!"

"Mimi pia ningependa kutoroka, *Bro*." Sauti ya mgonjwa ilibeba utulivu wa ajabu. "Lakini hata nguvu ya kusimama sina, si unaona mwenyewe, mdogo wangu! Ndio maana nimekuomba ufanye haya yafuatayo." Macha akawa kimya kama panya aliyemwona paka.

"Sitaki kuwa mtumwa nchini mwangu mwenyewe." Mrisho Lema aliongea kwa mpangilio kama aongeavyo Rais. "Naipenda nchi yangu kuliko hata Rais wa Jamhuri yetu." Macha hakutaka kaka yake aanzishe zile hotuba zake za kimapinduzi.

"Muda, *Bro*, achana kwanza na mambo ya siasa, hatuna muda, wacha kwanza tuondoke hapa!" Ingelikuwa ni amri yake, angemtorosha kaka yake siku ileile ili akafie porini, akafie msituni, akafie Mlimani, Mlima Kilimanjaro, na si kufia jela.

"Nenda kamwambie Akwi akupe ile mizizi yetu, halafu ilete leo hiihii." Macha aliposikia ombi la kaka yake, alinyanyuka ghafla kwa hofu.

"Hapana, *Bro*! Hilo sitothubutu kutenda." Alimjibu huku jicho limemtoka.

"Hebu keti kwanza Macha, mdogo wangu!" Alimwomba kwa sauti ya mkwaruzo. Macha alihema kama nyumbu aliyekoswakoswa na simba. "Najua nimekushitua, lakini hakuna njia nyingine tena. Jambo la pili, kwenye maficho yangu, kule Mlimani, pembeni ya ule mti mkubwa, chimbua upande wa kushoto, chimbua kama nusu meta hivi." Macha alipepesa kama mwanga. Aliamini kuwa kaka yake lazima atakuwa ameficha bastola huko. "Endelea kuchimbua mpaka ukutane na kopo dogo la kahawa la *Africafe,* unanielewa?"

"Nakupata *Bro.*" Alisema kwa kunong'ona.

"Ndani ya kopo hilo, utakuta pakti ndogo ya nailoni yenye mawe ishirini na mbili ya almasi, manne ya tanzanite na matatu ya rubi." Macha alikunja uso kwa kudadisi. Sauti ya kaka yake ilikuwa ya kishujaa. "Pamoja na zile pesa nilizowapa miaka ya nyuma, madini hayo pia *tuliyachukua.*" Akajirekebisha haraka sana, "*...niliyachukua* kutoka kwa yule bepari niliyekabiliana naye. Niliyazuia yasitoke nje ya nchi kimagendo kwani ni ya nchi hii." Macha alibaki kutikisa kichwa tu. Kaka yake aliuweka mkono wake wa kifo juu ya bega la mdogo wake. "Hayo pia ni yako, yako mwenyewe, unanielewa Macha, mdogo wangu? Utakachofanya na mali hiyo utakuwa ni uamuzi wako mwenyewe. Ni ahsante yangu kwako kwa kutonitupa, hukuwahi kunikwaza na hukuwahi kuninyanyasa. Umenisimamia katika baya na katika jema. Umenionyesha udugu wa kweli."

Hatimaye alikuwa na ombi jengine la mwisho. "Upatapo nafasi, tafadhali jitahidi sana kwenda Arusha katika wilaya ya Arumeru. Itafute hoteli moja ya kitalii inayoitwa *Tanzanite Resort.* Ukifika, tafadhali muulizie mama mmoja aitwaye, Mama Mirambo. Naomba mpatie pesa ya kutosha kwa ajili ya ada ya binti yake aitwaye Malaika." Aliendelea kumfahamisha, "Unakumbuka nilisema mara kwa mara kuwa nipatapo muda wa kutosha nitakueleza kuhusu huyu msichana?" Macha alimwitikia kwa kupandisha kichwa juu na kisha kukishusha, "Basi ngoja niseme machache juu yake, huyu msichana ni mtu shujaa sana, ni mvumilivu na mwenye malengo makubwa sana ya maisha yake. Nimefanya naye kazi kwa tajiri mmoja, yeye kama msichana wa ndani, mimi kama dereva. Mama tajiri wetu anamnyanyasa sana. Sasa mimi nataka aiache hiyo kazi ili arudi shuleni, amesema anatafuta ada ya shule ili akajiendeleze kitaaluma. Nenda kampatie pesa ya kutosha hadi amalize masomo yake." Macha alikunja tena ndita, alisubiri kusikia kuwa msichana yule ni mpenzi wake. Mrisho Lema hakumjali bali kuendelea kueleza yote yaliyojificha kifuani mwake. "Sipendi kushuhudia watoto wa kike wakiteseka." Macha akamwangalia kwa macho ya kumshurutisha aseme kuwa anampenda kimapenzi msichana huyo, hatimaye alitabasamu, Mrisho Lema alitabasamu pia, halafu alimtoa mashaka yake, "Hakuna chochote kati yetu. Lakini huenda angekufaa wewe kama akikubali." Macha alibaki kutabasamu kichinichini. Kutoka siku ile, jina la Malaika liliitawala akili ya Macha bila ya kuifahamu sababu. Maongezi yao yalikatishwa na hatua za kuchapuka zilizokuwa zinawakaribia. Macha akapatwa hofu. Alidhani hatua zile zilikuwa za polisi waliokuja kumtia kaka yake mbaroni. Mjomba alipoingia wodini, aliwatania, "Nimewaletea konyagi." Mkononi alikuwa ameshika chupa ya chai iliyojaa maziwa ya kuchemsha kwa ajili ya mgonjwa. "Bibi ameyachemsha mwenyewe, akayatia asali na kisha kuyabariki ili kipenzi mjukuu wake apone." Alisema mjomba huku anaituliza ile chupa juu ya meza ndogo pembeni ya kitanda cha mgonjwa.

Sura ya 8

Kila Lenye Mwanzo Halikosi Mwisho

Macha na mjomba waliporudi nyumbani, ndugu wote wa kiume walilijadili kwa kina ombi la mgonjwa la kupelekewa mizizi fulani ya kienyeji. Babu akatoka jioni ileile hadi porini, aliporudi, alikuwa ameshika mizizi fulani, akaiosha na kuiponda kwa jiwe, akaikamua hadi kukapatikana ujiuji mzito, akautia kwenye kichupa kidogo. Akamwita Macha. "Mpelekee mgonjwa hii dawa asili, lazima tutekeleze matakwa yake." Macha alitokwa jasho la ghafla pajini, macho yalimtoka, kidari chake chembamba kilicho kikavu kilitweta kwa kasi, "Siwezi babu, Akwi, huu ni mzigo mkubwa sana unaonipa. Hapana, mimi siwezi kuchukua majukumu hayo." Babu yake alikuwa tuli na thabiti kama jabali, sauti ilikuwa nzito kama mawimbi ya bahari, "Amekuomba wewe, amekuchagua wewe, hivyo wewe ndiye utakaye mpelekea kichupa hiki, ni amri, si ombi!" Macha alikikamata huku kiganja kinamtetemeka bila ya mpangilio. Kesho yake, aliongozana na mjomba wake hadi Hospitali kumpelekea mgonjwa chakula na nguo za kubadilisha. Kabla hawajaingia ndani, Macha alichomoa kile kichupa mfukoni mwa shati lake, akampa mjomba wake huku kiganja kinamtetemeka kama vile amepigwa na shoti ya umeme. Mjomba alikikataa huku kichwa kinakwenda kushoto na kulia, alimkodolea macho bila kupepesa. "Kaka yako amekuchagua wewe, yeye kukuchagua wewe ina maana yake, ni wito. Fanya kama ulivyoagizwa." Akampigapiga begani kumtia moyo, hakutaka kuongozana naye, hivyo alibaki nje ya jengo la Hospitali kuvuta sigara. Daktari Bwana Maliki alipomwona tu Macha, alikwenda kumlaki. Akamtaarifu kuwa leo kaka yake hakutia chochote kinywani. Hata dawa za maumivu amezikataa. Halafu tabia yake ilikuwa kama ya mwendawazimu. Macha aliingia wodini na kumkuta kaka yake akitiririkwa jasho mwili mzima. Alikuwa amejilalia tu kitandani. Alijitahidi kuketi wima lakini mwili ulikuwa mchovu. Tumbo lilifinyaa kwa njaa, lilinguruma kama mbogo aliyekabwa shingo na kundi la simba. Midomo ilimkauka, uso, haswa mashavu, yaliota makunyanzi, ngozi ilipauka kama vile amepakwa jivu. Aliinua sauti yake fifivu, "Umeniletea mzigo wangu, *Bro* wangu?" Kwa bahati nzuri, wodi ilikuwa tupu. Wagonjwa wenzie walikuwa nje kuota jua au kuepuka makelele na hotuba zake za kimapinduzi zisizoisha. Macha alimkabidhi kile kichupa huku akijaribu kuepusha kukutanisha macho yao. Lakini kaka yake aling'ang'aniza afanye vile. "Macha!" Alimwita utadhani hajawahi kufanya vile kwa muda mrefu. "Macha, Macha, mdogo wangu, Macha, *Bro* wangu, niangalie, acha kugeuzia uso ukutani, niangalie *Bro* wangu!" Macha alitiririkwa jasho utadhani kanyeshewa mvua. Alikuwa kwenye mtihani mkubwa wa kihisia. Alipogeuza uso na kumwangalia, aling'amua mara moja kuwa macho ya kaka yake yalikuwa ya ajabuajabu, hakumtambua tena. "Nakusikiliza *Bro*." Sauti ya Macha ilipata kigugumizi cha ghafla. "Leo ni siku yetu ya mwisho." Alisema Mrisho Lema. Macha aliposikia sentensi ile, alishetuka, akasimama ungedhani kang'atwa na nge kikalioni. Kaka yake akamwomba amsogelee. Macha alifanya vile bila kujielewa. Akili iliuhama mwili, akashindwa kuelewa alichokuwa anakifanya, alimwogopa kaka yake sababu asiijue. Kaka yake alipopapasa mkono wa Macha, Macha alitetemeka kwa hofu, vipele vyepesi vilimtoka mwili mzima. Kaka yake akaishika Rosari yake aliyokuwa ameivaa tangu miaka mingi, akaivua na kumpa mdogo wake. Macha alisita kuipokea kwani alijua ilikuwa ishara ya kuagana. "Ningekushukuru sana, *Bro* kama ungenisaidia kuipeleka hii Rozari kwa Honorina." Macho ya Macha yalipepesa huku anaipokea, Mrisho Lema akampa maagizo yote. "Mwambie tu, *daima na milele*" Akakishika kidari chake kilichokonda kiasi cha mbavu kuweza kuhesabika bila ya shida. Ilikuwa ni mara ya kwanza kwa Macha kusikia jina la Honorina, ilikuwa ni mara yake ya kwanza pia kujua kuwa palikuwa na msichana mwingine aliyeutawala moyo wa kaka yake. Mrisho Lema alijitahidi kumwelekeza mdogo wake mahali alipoishi msichana yule, hatimaye alisisitiza kuwa Rozari ile lazima imfikie huyo msichana. "Imeshafika *Bro*." Jibu la Macha lilimfariji mgonjwa.

Macha aliporudi nyumbani alikuwa mnyonge kama kuku mwenye kideri. Ndugu zake walimpa moyo asiwaze. Kwenye mazishi yake, koko hakuhusishwa kwa kuyahofia makelele yake na kilio ambacho kingeweza kuwashitusha majirani. Mazishi yalifanyika chapuchapu, tena usiku wa manane, na kwa siri sana kabla vyombo vya umma havijashituka. Hawakutaka ndugu yao apigwe picha na kusambazwa duniani kote. Kulipo pambazuka tu, shangazi alikwenda kwa jirani yao, Mzee Mtei Njaro, kufikisha rambirambi za kifo. Kuanzia hapo, habari ikasambaa kama moto wa pori kwenye nyasi kavu. Majirani walikuja kutoa pole, lakini wengi wao waliletwa na mshawasha tu, walikuja kupeleleza kama ni kweli kuwa Mrisho Lema, aliyekuwa ametoweka kwa zaidi ya mwaka, aliyekuwa akisakwa usiku na mchana na vyombo vya umma, amefariki dunia, amekufakufaje, na amefia wapi? Walikuja ili kushuhudia mwili wake, lakini waliambulia tuta bichi nyuma ya nyumba lililokuwa limepambwa kwa maua pori. Idadi ya watu ilizidi kuongezeka. Nyimbo za maombolezo ziliimbwa. Michango ya aina kwa aina ililetwa; kuni, mkaa, vinywaji na vyakula vya kila aina. Mzee Mtei Njaro alileta jogoo mkubwa mwenye rangi za kupendeza, ndege yule alisumbua kwa kuwika muda wote, ikabidi achinjwe kwanza.

Vyombo vya umma vilipopata habari ya kifo chake, hawakuchelewa, polisi walitumwa mara moja, idadi yao ilipata watu kenda waliovalia magwanda ya kijeshi, mkononi wameshikilia zana za moto. Baadhi ya wahudhuria maazishi walipatwa na hofu wakaondoka bila kuaga. Macha alimchukua kiongozi wa polisi wale na kuingia naye chumbani mwake. *Itifaki* yao ilichukua muda, walichopatana ilikuwa siri yao. Kesho yake, taarifa ya habari, magazetini na redioni ilitangaza kifo chake:

Jambazi la kupindukia, kwa jina Mrisho Lema kutokamkoani Kilimanjaro, ambalo lililokuwa likisakwa kwa muda mrefu sana, hatimaye sasa limekata roho kulekule mkoani Kilimanjaro katika Hospitali ambayo jina lake halitotajwa. Wahenga walisema, kila lenye mwanzo halikosi mwisho. Wananchi sasa wanatakiwa kuondoa hofu kuhusu jambazi hili.

Kitu ambacho vyombo vya umma hawakukijua ni kwamba palikuwa na jambazi jingine lililokimbilia Uganda.

Godi alipopata habari za kifo cha jambazi mwenziye, alishukuru kuwa jina lake halikutajwa. Miaka miwili baada ya kifo cha jangili mwenziye, aliamua kurudi tena nchini, lakini aliishia Mutukula, mpakani mwa Tanzania na Uganda, ili mtu akimtilia mashaka, akimbilie Uganda kwa dada yake.

Sura ya 9

Mchumia Juani Hulia Kivulini

Siku chache kabla Bwana Juzar hajarudi kutoka safari zake zilizochukua muda mrefu, Bi. Tassim alimwomba Mama Mirambo amrejeshe Malaika kazini kwani alielemewa na majukumu ya kazini, malezi na uja uzito. Maida alichukua likizo ya siku moja ili ampeleke Malaika mwenyewe kwa Bi. Tassim. "Nimemleta mdogo wangu akusaidie majukumu, lakini hii haina maana kwamba ana dhiki, hapana, nimemleta kwa sababu mama amesema wanawake hatutupani hata litokee jambo gani kati yao." Aliendelea kumfahamisha, "Ikiwa kutatokea lolote lisilokufaa kuhusu mdogo wangu, tafadhali wasiliana nami mara moja, usimdhuru."

"Mimi elewa veve kabisa. Hakuna matata. Sante sana. Ambia mama sante sana." Bi. Tassim alisema kwa sauti yenye shukurani. Malaika aliporejea kazini, Bi. Tassim alimwomba asafishe nyumba nzima. "Mimi taka jumba yote baki safi kabisa, kila kitu fanya safi kabisa, mimi taka mume yangu kuta kila kitu mahali yake kama zamani Laika."

"Sawa mama!" Aliitikia na kuanza kuchapa kazi. Alianzia jikoni, kisha alienda ukumbini.

"Ile chumba yangu, kule mimi lala, pia hapana sahau. Sava Laika?"

Alitakiwa asafishe kote. Alitakiwa kufanya usafi wa hali ya juu. Mashuka, foronya na nguo nyingine zote zilitakiwa kufuliwa, zipigwe pasi na kisha zipangwe kabatini. Malaika aliijua sababu ya Bi. Tassim kusisitiza usafi wa hali ya juu kabla ya mumewe kuwasili, alitaka kuhakikisha kuwa mule ndani hakubaki hata alama moja au harufu ya manukato ya Bwana Jeethendra. Chini ya kitanda, chumbani mwa Bi. Tassim, alikuta makubadhi ya ugoro ya ngozi, chini ya mto, alikumbana na picha ya Bwana Jeethendra, bafuni mlikuwa na kinyolea ndevu cha umeme. Vitu vyote ambavyo vilikuwa vigeni machoni mwake, alivikusanya na kuviwahisha chumbani mwake, akavificha ndani ya begi lake.

* * *

Bwana Juzar aliporudi, alikuta mabadiliko makubwa. Alifurahi sana kumkuta mkewe na binti yake wazima wa afya. Tumbo la mkewe halikujificha tena, Bi. Tassim alikuwa ni wa kujifungua kama sio leo, basi kesho. Machozi ya furaha yalijaa machoni mwa Bwana Juzar. Alikumbatia tumbo la mkewe kama yai bichi huku akimwomba amsamehe kwa kutokuwa nyumbani kwa muda mrefu kiasi cha kumkuta katika hali nyingine kabisa. "Mbona hukunitaarifu mpenzi kuwa u mja mzito ilihali tulikuwa tunaongea kila siku kwenye simu?"

"Kwa sababu nilitaka uje ushangae mwenyewe, mpenzi wangu. Tena nilitaka unikute nimempakata mtoto wetu tayari."

"Kuanzia leo sizitaki tena safari zinazochukua muda mrefu, hili nakuahidi mpenzi wangu." Kisha alimkumbatia tena.

"Nimefurahi umerudi salama." Alimtupia jicho la huba.

"Mimi pia mpenzi wangu." Hamu ya Drithi ya kumwona baba yake ilikosa kifani hivyo alimkimbilia akamrukia mikononi. Bwana Juzar hakuchelewa, alifungua begi lake akampatia mfuko mkubwa uliojaa zawadi kedekede. Malaika alikuwa jikoni akiandaa maakuli ya jioni wakati Bwana Juzar na mkewe wanaongea kuhusu masuala mbalimbali, alisikia kila kitu. Cha kushangaza ni kwamba, Bwana Juzar hakutilia maanani habari kuhusu Mrisho Lema. Cha muhimu kwake ilikuwa usalama na afya ya familia yake tu.

Bi. Tassim na Malaika walielewana kwa kiasi fulani, au tuseme kuwa walivumiliana na kufaana maana kila mmoja alimhitaji mwingine. Malaika alimsaidia kila alipoweza. Bi. Tassim naye alimlipa mshahara wake na tija juu kwani msaada wake ulikuwa muhimu kwake. Maisha yakaendelea. Bi. Tassim alijaaliwa mtoto wa kiume. Japokuwa jina lake rasmi aliitwa Latif, lakini kutokana na uzuri wake, wote walimwita tu *Prince*, yaani, mwanamfalme.

Jioni moja, Bi. Tassim alikwenda chumbani mwa Malaika kumweleza kuwa mwezi ujao angeweza kwenda nyumbani. "Veve takwenda jumbani. Veve enda anza shule ya sekodari, sava!" Malaika akabaki kujisemea moyoni, A*ama hakika mchumia juani hulia kivulini!*"

"Asante sana mama!" Alisema kwa kunong'ona. "Nimefurahi sana!" Dhriti hakutaka Malaika aondoke kwa sababu alimzoeya na kumpenda. Malaika alimfahamisha kila kitu na kumwahidi kuwa angekuwa akija kumtembelea.

"Elimu ni fuguo ya maisha." Bwana Juzar alimshauri asome sana, alisisitiza kwa kukunja vingumi vyake vikavu. "Vanaume yote siku hizi hapana taka sichana jingajinga, legelege."

"Nimekuelewa bwana wangu."

Mama Toni Juzar, shangazi yake Bwana Juzar, alikuja kuchukua nafasi ya Malaika. Alikuja majuma mawili kabla ya Malaika kuondoka ili Malaika amfundishe taratibu za mule ndani. Lakini Mama Toni hakutaka kufundishwa chochote, alidai kuwa kazi ya ulezi aliifahamu vizuri kwani hata yeye mwenyewe ni mama wa watoto watano. Siku moja kabla ya kuondoka, Bi. Tassim alikwenda tena chumbani mwa Malaika. Akamkuta anafungasha virago vyake. Uso wa kudadisi wa Bi. Tassim ulimtia wasiwasi Malaika. Alidhani amekuja kuchunguza kama ameiba chochote. Hivyo alifungua begi lake na kumwonyesha kila kitu.

"Veve iko furaha veve iko enda shule ya sekodari, Laika?" Sauti ilikuwa nyembamba.

"Ndiyo mama. Nina furaha kuwa mwezi ujao nitaanza rasmi masomo yangu. Nimekaa nyumbani kwa muda mrefu sana kwa kukosa ada ya shule." Alisema kwa sauti iliyo kunjufu. "Elimu ni vokozi ya vanawake. *Trust me,* Laika."

"Ndiyo, mama. Nina furaha sana." Malaika alimkubalia.

"Mimi shauri veve soma sana."

"Shukurani, mama, sitakuangusha."

Asubuhi na mapema, Malaika alimtayarishia Dhriti staftahi kabla ya kuondoka. Walipoagana, Malaika alihuzunika moyoni kwani alifahamu wasingeonana tena. Mzee Kitia, dereva mpya wa familia, alimpeleka mtoto shule. Dhriti alipoondoka tu, Malaika aliingia chumbani mwake kuchukua begi lake, aondoke. Alipofika jikoni, alimkuta Bi. Tassim akikamua maji ya matunda. "Naomba rudi kwanza chumbani yako Laika." Moyo wa Malaika ulidunda kama ngoma za unyagoni kwani hakujua kilichokuwa kinamkabili. Alipoingia chumbani mwake, alikosa amani, akabaki amejisimamia tu kama nguzo ya umeme huku akimsubiri. Bi. Tassim hakukawia, aliingia na kujipwetesha kitandani, mkononi ameshikilia bunda kubwa la pesa, mpya na kuu kuu. Malaika hakujua alikuwa na lengo gani na pesa zile.

"Ni pesa yako, ya shule, ya kuanza shule, ya kuanza masomo." Alisema huku akimpatia kibunda kile cha pesa.

"Kwa nini mama" Alishangaa.

"Ni sante toka mimi. Veve iko saidia mimi sana Laika."

"Lakini si tayari umekwisha nipa mshahara wangu wote?" Alihamaki.

"Najua mimi lipa tayari." Kichwa kilicheza cheza. "Pia ada yako, mimi tayari lipa, yote kabisa. Mimi pea Maida yote kabisa, *from form one to form six.*". Alisema kwa kuhesabu vidole vyake.

"Sasa pesa hii ni ya nini mama?" Bado hakuyaamini macho yake.

"Hii yako ya *school.* Tasaidia veve lipia vitu dogo dogo. Veve saidia mimi sana, sana tu Laika."

"Ahsante sana mama." Aliipokea na kuichimbia ndani ya begi lake. Hatimaye alichomoa mfuko kutoka begini mwake na kumpa. Bi. Tassim aliupokea huku macho yakidadisi. "Iko nini dani Laika?" Alidadisi kwa shauku.

"Nimevikuta chumbani mwako mama." Bi. Tassim alipotupia jicho ndani, aliona kinyolea ndevu cha umeme, makubadhi ya ugoro ya ngozi, picha ya Jeethendra pamoja na makorokoro mengine. Bi. Tassim alipigwa na bumbuazi la ajabu. Aliitoa ile picha ya Jeethendra akaiangalia kwa muda mrefu sana. Matone ya jasho yalitawala pajini, kifua chake kilichotuna kilipanda na kushuka kama mawimbi ya bahari.

"Sante sana Laika." Sauti ilikuwa nyembamba, ya kukwaruza, iliyonyenyekea. Machozi yalimtelezea mashavuni pasi kujijua. Hatimaye, aliichukua ile picha, akaichana vipande vipande. "Naomba saidia mimi kitu moja Laika."

"Nakusikiliza mama."

"Naomba saidia mimi, tupa bali fuko yote."

"Sawa, nitafanya hivyo."

"Au tupa dani ya moto, fuko zima kabisa teketeza moto."

"Sawa, nitafanya hivyo mama." Aliupokea na kuurudisha begini. "Veve saidia mimi sana." Alisema kwa sauti ya chini.

"Wewe pia umenisaidia sana. Nakushukuru kwa moyo wote."

"Vanavake lazima saidiana. Sante sana dogo yangu."

Maneno ya Bi. Tassim yaliulainisha moyo wa Malaika. Hatimaye aliaga huku akilivuta begi lake la vitairi. Bi. Tassim alimsindikiza hadi mlangoni. Kabla Malaika hajatokomea, Bi. Tassim alimwita tena. "Laika!" Malaika aligeuka huku mwenye uso wa hofu. Bi. Tassim alimpa tabasamu ambalo Malaika hakuwahi kulipata maishani mwake. Yeye pia alitabasamu na kisha kuchapua mwendo. Bi. Tassim alisubiri hadi taswira ya Malaika ilipomezwa na dunia.

Sura ya 10

Kuku Mgeni Hakosi Kamba Mguuni

Maida hakumficha Malaika kitu chochote. "Ile nafasi yako ya kwenda Shule ya Sekondari ya Serikali haipo tena. Tumechelewa sana, mdogo wangu, hivyo utakwenda kujiunga na shule ambayo si ya serikali." "Suala hili sikuwa nikilifahamu kabisa dada. Sikuwa nikilijua hata kidogo." Sauti ilijawa simanzi.

"Nimekutafutia shule nzuri sana ya bweni iitwayo Mtakatifu Maria. Ni shule matata sana." Alimtia moyo.

"Naifahamu hii shule kwani kaka yake rafiki yangu anasoma huko pia."

"Naam! Inasifika sana. Tena inachuana kimasomo na baadhi ya shule za serikali."

"Sifa hii pia nimeshawahi kuisikia."

"Walimu karibia wote wa Mtakatifu Maria nawafahamu pia."

"Sishangazwi kuwa unawafahamu kwa sababu wewe mwenyewe ni mwalimu pia." Tabasamu changa liliutanda wajihi wake lakini moyo ulikuwa unawaka moto kwa kuikosa Shule ya Serikali.

"Kwa hiyo, ndiyo kusema kwamba umeridhika kwenda kuanza Kidato cha Kwanza kwenye shule hii?"

"Kabisa, dada. Niko tayari kabisa. Nimekaa nyumbani kwa muda mrefu sana, hivyo sipaswi sasa kuchagua shule?"

"Ni ada tu ndiyo ilikuwa inatusumbua, lakini sasa tumeipata, yote kabisa, hadi kidato cha sita, kazi kwako, mdogo wangu."

"Mungu si Athumani, *Mchumia juani hulia kivulini.*" Alikenua kwa furaha.

Siku ya kwenda shule ilipowadia, alijawa na huzuni kidogo kwani ilimuwia vigumu kuagana na ndugu zake. Lakini wote walimtia moyo. Maida alimpeleka shule mwenyewe. Mwalimu Mkuu wa Shule, Mama Namnyaki, aliwapokea na kuwafahamisha kuhusu taratibu zote za shule. Punde kidogo, hodi ilibishwa mlangoni. "Ingia Lucia, usiogope, ingia." Sauti ya Mama Namnyaki ilitulia. Lucia alikuwa msichana wa aina yake. Pengine alimzidi Malaika kwa miaka mitatu au mitano. Malaika alivutiwa na sare yake ya shule. Alikuwa msafi wa hali ya juu. Sketi ilipigwa pasi vizuri, pindo zilinyooka kama upanga. Shati lake jeupe lilimpendeza kama mfanyakazi wa benki. Viatu vyeusi, japo vilivyochoka kiasi, viling'ara kama vya mwanajeshi, nywele zilikuwa fupi zilizochanwa akanadhifika. "Malaika!" Mama Namnyaki alimwita. Malaika alishituka. "Kuanzia leo, Lucia atakuelekeza taratibu zote za shule hadi utakapozoeya mwenyewe kila kitu, sawa?"

"Ndiyo." Aliitikia.

"Unatakiwa ujibu kwa kusema, *ahsante, Mwalimu Mkuu, Mama Namnyaki!*" Dada yake alimrekebisha. "Asante, Mwalimu Mkuu, Mama Namnyaki." Alitii palepale. Lucia alimpa mkono Malaika na kujitambulisha. "Jina langu naitwa Lucia Molel. Nimefurahi kukufahamu, Malaika."

"Malaika." Alijifahamisha kimkato. Sauti iliishia shingoni.

"Malaika, Lucia amejifahamisha kwa *taadhimu,* amekwambia jina lake na hata lile la ubini. Pengine ingekuwa vizuri kama wewe pia ungejifahamisha kwa mtindo huohuo." Sauti ya dada yake ilibeba msisitizo mzito. Lucia alikuwa bado ameking'ang'ania kiganja cha Malaika huku kidari chake kinahema kama viwimbi vya bahari. Malaika akajifahamisha kama alivyoongozwa.

"Vizuri kabisa. Hivyo ndivyo unavyotakiwa kujifahamisha." Mama Namnyaki alimpongeza. Kisha alimwangalia Lucia na kumpa maagizo, "Mchukue Malaika kisha mwende bwenini." Aliagiza huku macho ameyagandisha kwenye makaratasi yake yaliyorundikana juu ya meza yake. "Mwaka jana ulifanya vizuri sana na yule msichana mpole, anaitwa nani vile?"

"Anaitwa Awadia Simba, Mama Namnyaki." Sauti ya Lucia ilijawa nidhamu na heshima.

"Enheee!" Mama Namnyaki alimwitikia huku kichwa kinacheza cheza. "Ulimwongoza vizuri sana, nikafurahi, sasa nenda kamwongoze Malaika mpaka na yeye pia azifahamu taratibu za shule yetu."

"Nitafanya hivyo mama Namnyaki." Kama askari, sauti yake kakamavu ilisikika. Bila ya kuchelewa, alilipachika kichwani mwake sanduku la bati *(tranka)* la Malaika pamoja na godoro na mto. Tena wala hakuhitaji msaada. Malaika alishangazwa na maguvu aliyokuwa nayo msichana yule. Maida alimpungia mdogo wake huku akimwahidi angekuja kumtembelea siku za karibuni.

"Wanafunzi hutembelewa mara moja kwa mwezi tu." Mama Namnyaki alimtanabahisha.

"Kumbe!" Maida alihamaki.

"Kila Jumamosi ya mwisho wa mwezi, wanafunzi wanaruhusiwa kupokea wageni"

"Ni vizuri kufahamu hili." Maida alinukuu tarehe ile kwenye shajara yake ndogo.

Walipofika bwenini, Lucia alimwonesha Malaika kitanda chake, kisha alimsaidia pia kukitandika. Bweni la Malaika liliitwa *Kinjekitile.* Lucia alilala kwenye bweni jingine kabisa.

"Wanafunzi wote humu bwenini ni wageni kama wewe, hivyo usipatwe na hofu." Alimtoa hofu. "Kama kutakuwa na shida yoyote ile, usisite kunifahamisha, nalala bweni la *Mkwawa,* lile paleee!" Alimwonesha huku akitabasamu.

"Ahsante kwa kila kitu, Lucia." Sauti ya Malaika ilififia, machozi yalikaribia kumchuruzika, akili ilikuwa nyumbani kwao tu.

"Utazoea. Mimi pia nilikuwa vivihivi nilipokuwa mgeni."

"Sawa!" Malaika alimjibu, kisha alipanda kwenye kitanda chake cha dari. Kule juu alikuwa mwenyewe, yeye na huzuni yake. Alivuta blanketi hadi shingoni. Pasi kusema chochote, aliwachunguza wanafunzi wenzake kwa siri sana. Bweni lilikuwa na makelele ya ajabu. Wasichana walizagaa kila mahali kama siafu kwenye shamba la minanasi, walizunguka huku na huku. Wengine walikuwa wakubwa, wengine wadogo, wanono pia walikuwepo, vimbaumbau halikadhalika, warefu walikuwa wa kuhesabu. Kila mmoja alifanya alilotaka. Palikuwa na waliokuwa wakila chakula, wengine walikuwa wakijipaka mafuta, wengine walikuwa wanasukana nywele, wengine walikuwa wanapiga pasi sare zao za shule. Alipochungulia dirishani, aliona kundi la wasichana wanaongozana kwenda mtoni, kuoga. "Chapukeni jamani, mto uko mbali halafu kengele ya msosi wa jioni karibu itagongwa!" Mmoja wao, wa mwisho kabisa aliwatia moyo wenzake. Wanafunzi wengine walikuwa vitandani mwao, Malaika aliwachungulia na kuamini aidha walikuwa wagonjwa au walikuwa wanaugua moyo kama yeye mwenyewe kwa kutengana na familia zao.

Aliamua kutoka bwenini ili kuyachunguza mazingira. Lakini baada ya muda mfupi, alirudi tena bwenini na kujigubika tena na blangeti lake hadi kichwani hata hivyo macho yalikuwa yananukuu kila kitu, akawaona wanafunzi waliokuwa wameng'ang'ania sahani na mabakuli. Hapakuwa na shaka kuwa walikuwa wanajiandaa kwenda kuchukua chakula. "Malaika, twende tukabambe msosi!" Lucia alikuja kumchukua. "Sina njaa." Sauti ilisikika kutokea ndani ya blangeti. Lucia alicheka kidogo. Kisha alienua blangeti na kumchungulia. "Twende ukaone bwalo letu, lazima ukafahamiane na wanafunzi wengine." Alimtia moyo. Malaika alisuasua lakini hatimaye alikubali. Bwalo lilikuwa limejaa wanafunzi, wasichana kwa wavulana. Walisongamana kama sisimizi juu ya kokwa ya embe dodo. Mlikuwa na kelele za ajabu, zilizozidi zile za bwenini mara dufu. Zilifanana na kelele za gulio la wauza mitumba. Waliomjua Lucia, walikuja kuongea naye. Kijana mmoja ambaye Malaika alikuja kufahamishwa kwa jina la Jumaa Kitwana, alikuja kuwasabahi. Kisha alizipokea sahani zao akaenda kuwachukulia chakula; ugali na maharage. "Bondo la leo halifai kabisa." Jumaa aliwafahamisha. "Maharage nayo bado mabichi kabisa, isitoshe, yamepoa sana, leo ni mashuzi mtindo mmoja." Lucia alicheka kwa sauti huku akitetemeka. Mchuzi wa maharage ukalowesha vitanga vyake. Baada ya maongezi marefu, waliagana. Kutokana na jinsi walivyokuwa wakiongea, Malaika alihisi walikuwa wapenzi wa siri. Akamuuliza mara moja lakini jibu la Lucia lilikuwa jingine kabisa. "Hapana, si mpenzi wangu." Lucia alimtanabahisha walipokuwa wakirudi bwenini. Ni kiranja mwenzangu. Kesho ni zamu yetu kusimamia usafi wa vyoo vya madarasa."

"Basi sawa."

"Ni kijana mwema sana. Hana makuu, wala hajigambi."

"Anaonyesha si mpenda masifa."

"Hatoi adhabu bila sababu maalumu."

"Ni muungwana inaelekea."

"Nimemshauri agombee nafasi ya Kaka Mkuu mwakani." "Anaweza akapita."

"Pasi na shaka kabisa. Wanafunzi wengi sana wanampenda. Watampa kura zao nina hakika"

* * *

Majuma ya mwanzoni, chakula cha shule kilimshinda Malaika kwani hakikuwa na ladha kabisa. Ugali ulimumunyuka unga, au ulikuwa mgumu kama gimbi bichi. Maharage nayo hayakuwa na vitunguu wala viungo vyovyote vile. Alishazoea kula vyakula vya haja na vitamu vya nyumbani kwa Bi. Tassim. Lucia alimtia moyo. "Mara moja kwa wiki, siku za Jumatano, huw tunapikiwa makande ya nyama."

"Yanatiwa chumvi na viungo vyengine hayo makande?" Malaika alidadisi huku ameduwaa.

"Chumvi huwa wanaweka, viungo vyengine sahau. Maisha ya bweni si maisha ya nyumbani, Malaika." Tabasamu lake lilikuwa kama la Maida. "Maisha ya bweni ni maisha ya *kusavaivu* tu"

Walitabasamu kwa pamoja. Lucia alijitahidi kadiri ya uwezo wake kumfundisha mambo mbalimbali yaliyohusiana na maisha ya shule. "Baada ya chakula, wanafunzi huenda tena darasani kujisomea ili kujiandaa na masomo ya siku inayofuata. Kuanzia saa moja na nusu hadi saa tatu na nusu jioni, tunatakiwa kuwa darasani." Malaika hakutaka kwenda popote, badala yake, alitamani kupanda kitandani ili ajigubike hadi kichwani, alitaka kuwa peke yake na mawazo yake tu. "Jioni huwa mchovu sana, siwezi kwenda popote, nitalala tu kitandani mwangu." Alitumia kila hila ili tu abaki kitandani. "Malaika, hii ni sheria ya shule, lazima wanafunzi wote waende darasani baada ya chakula cha jioni."

"Nani kasema kuwa ni lazima?" Alidadisi huku amevutia blangeti lake hadi kichwani.

"Zile karatasi ulizopewa na Mwalimu Mkuu, Mama Namnyaki, zina umuhimu mkubwa sana. Je, umesha zisoma zote na kuelewa kilichoandikwa?"

"Bado."

"Basi ningekushauri ufanye hivyo haraka sana."

"Sawa. Nitazisoma kesho niupatapo wasaa."

Lucia hakukata tamaa, hakuchoka kumshauri. "Lazima uzisome, uzielewe na utilie maanani maadili yake. Kumbuka kuwa, *kawaida ni kama sheria*"

"Sawa, nitayapitia kesho jioni. Leo nimechoka sana."

"Hebu nipe hayo makaratasi, nikuonyeshe mawili matatu ya muhimu." Malaika alinyanyuka na kuyachomoa kutoka sanduku lake la bati. Lucia alipekua kurasa kadhaa, hatimaye alianza kumsomea maadili yote. "Lazima uelewe kila kitu ili usije ukajikuta umefukuzwa shule siku si zako." Moyo wa Malaika ulidunda kwa kasi kufuatia ujumbe ule. Alimsikiliza kwa masikio yote mawili. "Suala la usafi ni muhimu sana. Usafi wa kimwili na usafi wa mazingira. Haya ni mambo muhimu sana"

"Sawa." Mara hii, Malaika alifunua blangeti lake na kuketi kabisa ili asipitwe na hata neno moja.

"Sasa tega sikio vizuri maana mambo yanazidi kuwa mazito."

"Nakusikiliza Lucia."

"Hutakiwi kutega mchakamchaka, hutakiwi kukwaruzana na walimu. Mimba shuleni ni marufuku kabisa. Halafu jambo jingine la muhimu ni hili; usithubutu hata mara moja kuwa na uhusiano wa kimapenzi na wavulana."

"Nimekuja hapa kusoma na si kutafuta mchumba."

"Basi nadhani umenielewa, nakuomba sasa teremka ili tuongozane pamoja."

Alitii amri na kushuka, akazivaa kandambili zake, akaitupia kanga mabegani. Madaftari yake aliyabania kwapani, wakatoka. "Jambo jingine la kuzingatia ni kuhusu tabia ya wavulana, hawa wana mchezo wa kuandama wasichana wageni, hivyo kuwa mwangalifu, jitunze, jiheshimu, usikubali wakulaghai." Lucia hakuchoka kumshauri.

"Sawasawa kabisa. Nimekuelewa na ninakushukuru kwa kunijali."

Majuma ya mwanzoni, Lucia alimpeleka Malaika mwenyewe darasani, halafu kabla ya kengele ya mwisho kugongwa, alikwenda kumchukua. Malaika alizifuata sheria zote za shule na alikuwa na adabu ya kupigiwa mfano, hakutaka kufukuzwa shule kwani azma yake kuu ilikuwa ni kusoma, amalize vizuri. Lucia alimtania kwa kusema, "*Kuku mgeni hakosi kamba mguuni.*"

"Nimepitia shida nyingi sana hadi kuipata ada ya shule," Alimwambia Lucia baada ya kuzoeyana vya kutosha.

"Mimi pia. Sina wazazi, ninasomeshwa na shangazi."

"Mimi nimefanya kazi ya uyaya kwa muda sana. Mshahara niliokuwa napokea, niliuhifadhi ili uje unisomeshe."

"Tunapitia mambo mengi sana."

"Sana tu, dada yangu."

"Watoto wa kike tunapitia shida nyingi zaidi ya watoto wa kiume." Aliendelea kueleza, "Kaka zangu wote watatu wamesomeshwa na wamepata ajira nzuri sana. Ni mimi tu ndiye ambaye sikupatiwa elimu mapema."

"Lakini sababu ya kushindwa kusoma kwa wakati si umekwisha itaja tayari kuwa kifo cha wazazi ndicho kilichopelekea haya yote, au nimekuelewa sivyo?"

"Wakati wazazi bado wangali hai, baba alitaka kunitafutia mume ili apokee mahari ya kumsomeshea mmoja wa kaka zangu."

"Hii sasa siyo haki."

"Sasa umenielewa nisemapo kuwa watoto wa kike tunapitia maisha magumu zaidi ya watoto wa kiume."

"Ni kweli, lakini nina uhakika si katika kila familia. Nasema hivi kwa sababu dada yangu mkubwa, Dada Maida, amesomeshwa na baba hadi kufika juu kabisa kitaaluma. Sasa hivi ni Mwalimu Mkuu wa Shule ya Msingi."

"Sijasema kuwa wasichana wote wanapitia maisha magumu, hapana, nilichomaanisha ni kwamba, kitakwimu, wanawake wengi ndiyo wataabikao zaidi."

* * *

Ukosefu wa maji mabwenini uliwalazimu wanafunzi wa bweni kuongozana kwenda mtoni. Walitembea takriban nusu kilometa hadi kufika huko. Njia ya kwendea huko mtoni ilipita kwenye mashamba ya mikahawa, vichaka na msitu wenye ukubwa wa kiasi. "Hakuna wanyama pori huku kweli?" Malaika aliuliza kwa sauti ya hofu. "Sijawahi kulisikia hilo." Lucia alimtuliza roho. Walipofika mtoni, wanafunzi wenziwe walioga mara moja, Malaika alishangazwa na jinsi wenzake walivyokuwa wanayafurahia yale maji licha ya kwamba yalikuwa baridi kama maji ya jokofuni. "Mtaka cha uvunguni hana budi kuinama, Malaika. Njoo, ingia mtoni uoge, tuondoke, hatuna muda wa kuchezea, kwenye nusu saa ijayo tunatakiwa kuwa darasani." Lucia alisema huku maji yanamchuruzika usoni, mkononi ameshikilia dodoki na kipande cha sabuni. Kabla Malaika hajajivutavuta ili aingie mtoni, Lucia alimrushia kopo la maji mwilini. Malaika alipiga ukunga huku macho yamemtoka, kinywa kimemuachama, mikono imetangulia mbele akijaribu kuyazuiya yale maji yasimuingie mwili mzima.

Wenziwe wote waliangua kicheko. Ilimchukua muda mrefu hadi yeye pia kuyazoea yale maji. "Sasa umekaribishwa rasmi shule ya bweni, Malaika." Lucia alisema huku akicheka kwa sauti. Kesho yake, asubuhi na mapema, Lucia alikwenda kumchukua ili waende mchakamchaka. "Nimechoka." Alidai Malaika huku yu mchovu. "Amka, Malaika. Utajiponza pindi kiranja ajapo kukagua mabweni." Alimshauri. "Naumwa" Alijitetea Malaika. "Amka, Malaika, nakusihi amka, utajiponza." Hakuchoka kumshauri. "Kifua kinaniuma sana." Alitafuta kila sababu ili tu aendelee kulala. "Malaika, umekiri mwenyewe kuwa ada ya shule umeipata kwa shida sana. Umekiri pia kuwa umekuja shule kusoma na si kulala. Nakusihi kuwa mtiifu wa sheria za shule ikiwa unataka kufanikiwa kimasomo." Alizidi kumshauri. Malaika alijitetea tena na tena. "Mbona unanishutumu hivyo ilhali ni kweli kuwa naumwa?" Alisema huku ameukunja uso. "Sikushutumu bali nakukumbusha tu." Sauti ya Lucia ilikuwa ya kidada. "Kwani mtu akiumwa haruhusiwi kupumzika? Naumwa bwana! Niamini." Alizidi kujitetea. "Wako ni uvivu tu, Malaika. Lakini yakumbuke yale yote niliyokwambia wakati bado u mgeni kabisa. Usiyapuuzie kwa sababu wanafunzi wengi wamefukuzwa shule kwa uzembe kama huu wako, wamejiponza wenyewe."

"Lakini nimechoka sana." Aling'ang'ania Malaika.

"Kumbuka wahenga walisema kuwa, *mzaha mzaha hutumbua usaha* na *asiyesikia la mkuu huvunjika guu.*" Hakutaka kuendelea kubishana naye, hivyo alitoka.

"Lucia! Lucia!" Aliita huku anakurupuka kule kitandani mwake, "Usiniache, naomba nisubiri. Navaa tu sweta na raba, nisubiri." Zamu hii alifanya hima.

"Hili sweta ni lako Malaika?"

"Una maana gani?" Alishangazwa huku ameukunja uso.

"Sijawahi kukuona nalo, hii ni mara ya kwanza."

"Ni langu. Dada Maida kaninunulia kama pongezi ya kupata nafasi ya shule."

"Unajua kwa nini nimeuliza?"

"Hapana. Hebu nijuze nakusihi."

"Usije ukajaaliwa hata siku moja kugusa kitu cha mwanafunzi mwingine. Shutuma ya wizi mabwenini inaweza kukurudisha nyumbani dakika tu."

"Sina tabia hiyo, sijalelewa kama hivyo. Mkono mrefu kwetu mwiko." Sauti ilijaa ndweo.

"Nimekuarifu tu."

"Nakushukuru."

Baada ya miezi michache, nguo zote za ndani za Malaika zilitoweka. Soksi pia, tena pea zote nne. Alienda kumlalamikia Lucia. "Unaona sasa! Wajanja wamekuzidi maarifa, mdogo wangu. Ngoja nikafanye msako wa bweni zima, na tukimshika huyo mwizi atakiona cha mtema kuni." Wakaingia bwenini mwa Malaika. "Kuna mwanafunzi au wanafunzi wameiba nguo za ndani na soksi za shule za Malaika. Aliyeutenda udhalimu huo tunamwomba azirudishe nguo hizo haraka sana. Tunampa mchana huu tu, jioni nitakuja tena na Dada Mkuu, tutafanya msako wa bweni zima. Sasa ole wako ukamatwe!" Alitia jambajamba bweni zima, "Tukikukamata tu, tutakupeleka moja kwa moja kwa Mama Namnyaki, na unafahamu mwenyewe nini kitakufika mara ufikishwapo kwake." Hata hivyo, ilani yake haikuzaa matunda. Lucia akamshauri aende kwa mama msimamizi wa bweni *(matron)* akaombe kibali cha kwendea nyumbani kununua nguo nyingine za ndani na soksi. Matron hakumruhusu kuondoka. "Nitawasiliana na dada yako, Maida kumfahamisha juu ya suala hili. Nitawasiliana pia na Mwalimu Mkuu, Mama Namnyaki ili amruhusu dada yako aje siku yoyote, akuletee mahitaji tajwa. Haturuhusu watoto kutoka shule hovyo kwani hatuwezi kujua kama wanakwenda nyumbani au wanaelekea kwingine. Tumepokea habari ovu kuhusu wanafunzi waruhusiwao kwenda nyumbani hivyo hatuwaruhusu tena hadi siku ya kufunga shule."

* * *

Likizo ndefu ya muhula wa kwanza ilipoisha, Malaika alichangamka kidogo. Aliyazoeya maisha ya bwenini na kuyamudu kama wanafunzi wengine. Masomo ya Kingereza na Kilimo aliyafurahia zaidi. Kingereza chake kilikuwa kizuri kuliko cha wanafunzi wengine. Wa kumshukuru alikuwa ni dada yake, Maida, Bi. Tassim, Bwana Juzar pamoja na Dhriti. Alizidi kufahamiana na wanafunzi mbalimbali. Mmoja katika hao, aliitwa Anne. Malaika na Anne walishibana, kuzoeana na kuelewana kwa haraka sana, walikuwa kama chanda na pete au kama pacha, walisaidiana pia kimasomo na kujitahidi kuwa wanafunzi wema na watiifu. Hawakuzembea majukumu yoyote ya shule waliyopewa; iwe ni majukumu ya kudeki bweni, kusafisha maliwato, kupalilia bustani, kulima shamba la shule au kuchunga ng'ombe wa shule na kukamua maziwa. Mwaka mmoja baadaye, wanafunzi wawili walijiunga katika darasa la Malaika na Anne. Mmoja katika hao aliitwa Ben. Malaika na Ben walizoeana kwa haraka sana na kusaidiana kimasomo. Kuelewana kwao kulikuwa kwa kipekee, kulizidi kule kuelewana kwa kawaida.

"Masomo kwanza, mambo mengine yoote baada ya kuhitimu shule." Malaika alimshauri.

"Naam Malaika. Nani siku hizi hapendi kuelimika ili hapo baadaye apate ajira ya maana?"

"Nimehangaika sana hadi kuipata ada ya shule. Nimekaa nyumbani kwa muda mrefu."

"Mimi pia, Malaika. Baba ni mwinjilisti, lakini kipato chetu kikuu kinatoka kwenye ufugaji wa ng'ombe."

"Kwa hiyo umetokea kijijini?" Alitamani kumcheka kichokozi.

"Vijiji vya siku hizi si vijiji tena. Usafiri umeboreshwa, unaweza kwenda mjini na kurudi hata zaidi ya mara moja. Barabara za kijiji chetu lami tupu." Alitabasamu.

"Nimekuelewa."

"Ilinibidi nisubiri hadi ng'ombe wetu wanne wazae. Tulipofanikiwa kuuza ndama wetu watatu, wazazi wakaweza kunipatia ada ya shule." Malaika alichukua fursa ile kuyahadithia maisha yake yote. Mwanzo hadi mwisho, matandu hadi makoko.

"Historia ya maisha ya kizazi chetu inashabihiana sana, vijana wengi wa rika letu wanapitia haya tuyapitiayo." Ben alisema mara tu Malaika alipomaliza kumweleza kila kitu.

"Kabisa Ben, kabisa."

"Tunapitia changamoto zilezile tu."

"Ni kweli kabisa, Ben."

Malaika alishangazwa na uungwana na welewa wa kijana yule. Mwenendo ule ukazidisha upendo wake kwa Ben.

* * *

Baada ya mwaka mmoja wa masomo, Malaika alipokea mgeni ambaye hakumtarajia. Isitoshe, hakujua alitokea wapi na alikuja kwa lengo gani. "Kwa jina naitwa Macha, ni mdogo wake Mrisho Lema – Mwanamapinduzi." Malaika alipasukwa roho *paap!* "Marehemu Mrisho Lema?" Alihamaki, macho yakamtoka huku kiganja kimegubika kinywa. Mawazo kadha wa kadhaa yalizunguka akilini mwake, aliamini Macha amekuja kumpeleleza juu ya ujambazi wa kaka yake. "Natumai sijakushitua au hata kukukwaza kwa kulitaja jina lake." Uso wa Macha ulipatwa hofu ya kiasi.

"Nilifanya naye kazi kwa Bi. Tassim na Bwana Juzar. Ila sikuwa na uhusiano naye wa karibu." Alijitetea bila kujijua.

"Amenieleza kila kitu."

"Amekueleza kila kitu, kitu gani hicho?" Alidadisi huku akizidi kujitetea.

"Sikumfahamu kaka yako kiundani. Mimi nilikuwa yaya, yeye dereva. Ni hilo tu."

"Amenieleza kila kitu." Macha alirudia kwa sauti tulivu. Alilazimisha tabasamu ili kuitua roho yake kwani aliugunduwa wasiwasi wa Malaika.

"Hatukuwa na uhusiano wa karibu ndiyo maana nashangaa imekuwaje umekuja kunitembelea." Malaika alizidi kujihami kwani aliamini kabisa kijana yule amekuja kiupelelezi.

"Itue hofu yako, Malaika, utulize moyo wako, nimekuja kwa jema tu, shari si hulka yangu." Sauti ilipenya hadi moyoni mwa Malaika.

"Nikusaidie nini sasa, sababu gani imekuleta kwangu?" Hakuuficha wasiwasi wake. Kwa ufupi, hakufurahishwa kabisa na ziara ya kijana yule. Macha alimweleza mengi juu ya maisha ya porini ya kaka yake. Hatimaye alihadithia juu ya msako dhidi ya kaka yake. Na pia kuhusu kifo chake. "*Bro* aliteseka sana porini, tena kifo chake kilikuwa kigumu sana lakini alikuwa mwanamapinduzi halisi. Ndiyo maana hakujali na wala kuhofia kitu chochote." Sauti ilijaa ndweo.

"Kifo ni faradhi kwetu sote." Malaika alisema kwa tuo. "Mbele yake nyuma yetu. Poleni sana." Alijitahidi kujiweka mbali na suala lile kwani hakulifahamu lengo la kijana yule.

"Nieleze mawili matatu kuhusu kaka yangu." Alisema Macha kwa unyenyekevu wote.

"Sina mengi ya kukueleza juu ya kaka yako." Hatimaye alitupia jicho saa yake kuashiria kuwa muda wa kuagana umetimu.

"Nieleze basi hayo hayo machache uyajuayo juu yake." Aliongezea. "Yangenitosha kabisa." Akajipwetesha kwenye msingi wa tofali kumwonyesha kuwa alikuwa na muda wa kutosha. Malaika hakuwa na budi kumweleza kila alilolifahamu ili amalizane naye na hatimaye waachane. "Alikuwa kaka mwema sana kwangu. Kila siku alipenda kufahamu kama nimeridhika na kazi yangu, alikuwa tayari kunitafutia kibarua chengine."

"Huyo ndiye kaka yangu niliyemfahamu tangu kuzaliwa, huyo ndiye mwanamapinduzi wa damu, mtetea haki za watu." Alimsifia kaka yake akiwa na tabasamu la kifahari. Hatimaye alimkabidhi mfuko uliokuwa na boflo mbili, chupa kubwa ya juisi, kilo ya sukari, kopo la siagi, machungwa yapatayo sita, na kichupa cha manukato.

"Shukurani sana, kaka Macha, ila hukuwa na haja ya kuniletea zawadi hata moja." Alisuasua. Hakujua kama aupokee au la.

"Nani asiyeajua maisha ya bweni, dada Malaika!" Alisema huku bado ameunyoosha mkono ili Malaika aupokee mfuko ule.

"Kweli hukushurutika kuniletea zawadi hata moja."

"Ugali na maharage kila siku ni mateso matupu. Maisha ya bweni hata mimi pia nayafahamu, Malaika."

"Kumbe!" Hakujua aseme nini.

"Upokee tu, dada. Kaka ameniomba nije kukuona, na sidhani kama ningekuwa muungwana mimi kuja mikono mitupu, isingeleta maana hata kidogo, au nimekosea?" Macha alikuwa mrefu, mwembamba, nadhifu. Alifanana na wanamiziki wa bendi ya *Mlimani Park*.

"Shukurani sana." Aliupokea.

"Karibu."

"Nadhani muda wa kupokea wageni umetupa kisogo tayari, inanibidi nirudi bwenini la sivyo naweza kupewa adhabu ya mwaka nikikutwa na Kaka Mkuu au Mwalimu wa Zamu." Akalilazimisha tabasamu usoni ila moyoni alitamani sana Macha aondoke mara moja kwani hakutaka kuendelea kupoteza muda. Macha alimwelewa, alinyanyuka na kuivuta bahasha iliyokuwa kwenye mfuko wa nyuma wa suruali. "Huu pia ni mzigo wako kutoka kwa kaka. Si mirathi, alinipa kabla ya kifo kumfika."

"Kunani ndani ya bahasha?" Malaika aliuliza kama polisi amuulizavyo mhujumu uchumi. Macha hakumjali bali kuendelea kumtanabahisha kuhusu ujumbe wa kaka yake. "Kaka amesisitiza sana kuwa huu mzigo lazima ukufikie." Kisha alimkabidhi ile bahasha. Vitanga vya Malaika vilitetemeka alipoifungua. Macha alikuwa mtulivu, hasa sauti yake. "Kaka alisema huu ni mchango wake katika masomo yako. Kasema nikueleze kuwa utunze uvumilivu kwani mvumilivu hula mbivu, hivyo soma sana hata kama masomo ni magumu na huchukua muda mrefu, soma huku ukiivuta subira." Malaika alipochungulia ndani ya bahasha ile, aliyaona mabunda ya pesa ambayo wingi wake hakuwahi kuuona maishani mwake. Vitanga vilizidi kutetemeka. Bila ya kukawia, alimrudishia ile bahasha kwa kumrushia. "Hapana kaka, hapana, hapana. Siwezi kuzipokea pesa nyingi namna hii, naomba usinielewe vibaya lakini siwezi kuzipokea, ni nyingi mno."

"Mzigo huu umetoka kwa kijana uliyemfahamu, Malaika, na mtu huyo ni kaka yangu wa kuzaliwa tumbo moja, baba mmoja, mama mmoja."

"Hata kama. Hii pesa imenizidi kimo. Hapana!"

"Kuwa muungwana, Malaika. Ni upendo wa kaka tu. Hakuna cha zaidi."

"Hapana, siwezi. Asilani sintothubutu!" Alihema kwa pupa, "Wazazi wangu hawatanielewa, Bibi Moshi atanilaani, Shangazi Tambi atanishutumu, Dada Maida ataning'akia. Mama atavunjikwa moyo. Hapana, sizitaki!" Viganja alivisiribia kwenye sketi yake kana kwamba alikuwa akiifuta mikosi ya pesa zile.

"Malaika, huu ni mchango wa masomo yako kutoka kwa kaka. Hakuna jingine, niamini." Tabasamu lake lilitamani kulipuka kiwe kicheko cha sauti kutokana na hofu ya kipuuzi ya Malaika.

"Hapana nimesema!" Sauti ilikuwa ya upole bali yenye kishindo. "Kuwa na amani Malaika, hakuna akutakiaye shari, niamini."

Malaika aliwaza kwa sekunde chache kisha aliipokea ile bahasha kishingo upande huku akiiweka mfukoni mwa sketi yake. "Lakini sitawaficha ndugu zangu wote. Lazima wafahamu kila kitu kuhusu hizi pesa. Hata *anko* wangu ambaye ni hakimu katika Mahakama Kuu ya Umoja wa Mataifa, sitamficha." Alitumia jina na cheo cha mjomba ake ili kupima kama Macha alikuwa mkweli au la. Macha hakubadilisha msimamo. "Vyovyote utakavyoamua, Malaika. Mimi nimetimiza ombi la kaka tu." Alimtakia masomo mema na kisha kuaga.

"Shukurani sana, kaka Macha."

"Ukipenda, naweza kuja kukuchukua, ukalione kaburi la mwanamapinduzi." Akamuandikia anwani yake. Hatimaye kila mmoja aliichukua njia yake. Macha aliondoka kwa hatua za kuvuta. Malaika aliharakisha hadi bwenini. Akazihesabu pesa zile kwa siri sana, zilikuwa nyingi zikamshinda hata kuzihesabu zote. Alipatwa na wasiwasi alipowaza angefanya nini iwapo msako wa ghafla ungetokea maana misako ya kushitukizia ilitokea mara kwa mara ili kuwabamba wanafunzi waibao vitu vya wanafunzi wengine, au kuwabamba wanafunzi waingizao vitu visivyoruhusiwa shuleni, pombe, kwa mfano. Na alikuwa na uhakika mara akutwapo na zile pesa, asingepona. Mara kengele ya kwenda kuchukua chakula ikagongwa, roho ikamshituka kwa kudhani pengine iligongwa kwa ajili yake tu. Wanafunzi wenziwe wamtazamapo kwa kupitiliza, alijishuku kwa kuamini huenda wamegunduwa kuwa kapokea pesa nyingi. Hamu ya kula ilimchujuka, njaa ikamkimbia moja kwa moja, alitamani siku zikimbie ili akawaonyeshe nduguze zile pesa. Hakumwambia mtu yeyote pale shuleni kuhusu suala lile, hata Lucia hakufahamu.

* * *

Muda ulikimbia kwa kasi, majuma yalikimbia kwa kasi kama maporomoko ya maji, muda ulikimbia kwa kasi kama mwizi afukuzwaye na jibwa la polisi, miaka iliyoyoma kwa kasi kama vile imechukuliwa na kimbunga. Kipindi cha kumaliza kidato cha nne hakikuwa mbali. Wanafunzi walianza kujiandaa na mitihani yao ya mwisho. Masomo ya jioni yakawa muhimu kwa wanafunzi wengi wa kidato cha nne. Hakuna aliyetega vipindi katika kipindi kile cha mwishoni mwishoni maana walimu waliwapa wanafunzi maelezo na maelekezo muhimu kabla ya kukabiliana na ngwe kali ya kuandika mitihani yao. Baadhi ya wanafunzi walipata maswali ya mitihani ya nyuma iliyowasaidia kujiandaa vizuri zaidi. Kila mmoja alijitahidi kivyake katika maandalizi yale. Malaika hakulala maana mitihani ile ilikuwa muhimu kwake kama uhai wake mwenyewe. Azma yake ilikuwa kufaulu ili aweze kuendelea na kidato cha tano na kidato cha sita, hatimaye chuo kikuu. Ahadi ya mjombawe ya kumsomesha ng'ambo ikiwa amefaulu ilimsukuma na kumtia moyo azidi kupambana. Yeye, Ben na Anne wakakubaliana wawe wakisoma pamoja ili kila mmoja amsaidie mwenziwe. Anne alikuwa mkali katika somo la Jiografia, Hisabati na Biolojia. Ben alikuwa nahodha katika somo la Kiingereza, Uchumi na Kemia. Malaika alikuwa malkia wa Kiswahili, Historia na Kingereza. Muhula wa kufanya mitihani ulipofika, kila mwanafunzi alipambana kivyake, kila mmoja alikuwa nahodha wa jahazi lake mwenyewe katikati ya bahari. Majuma mawili mazima, walikaangika kwenye vyumba vya kufanyia mitihani. Lucia alimwwekea bega Malaika katika kumfulia, kumchukulia chakula bwaloni, na kitanda pia alimtandikia. Muhimu zaidi, alimsaidia katika kutatua baadhi ya maswali ya mitihani ya nyuma ambayo Lucia mwenyewe amesha yapitia tayari. Lucia alikuwa pia akijiandaa na mitihani yake ya kumaliza kidato cha sita. Msaada wa Lucia ulikuwa tunu kubwa kwa Malaika. "Ahsante sana Lucia."

"Mambo ni kusaidiana Malaika, au nimekosea, mdogo wangu?"

"Naam, dada Lucia, naam!"

Siku ya sherehe na shamrashamra za kumaliza kidato cha nne, wanafunzi walipokea wageni wa kila sampuli. Ndugu jamaa na marafiki walijumuika pamoja. Mgeni wa kwanza kabisa aliyekuja kwenye tafrija ya Malaika alikuwa Bi. Tassim. Malaika hakumtarajia hata kidogo, macho yalimtoka huku tabasamu changa limeutanda wajihi wake. Dereva akaviteremsha vioo vya gari ili hewa safi ipenye. Dhriti alipomwona Malaika, alimkimbilia na kumrukia mikononi, kisha alimuuliza maswali kadha wa kadhaa. Bi. Tassim aliwaamuru wanawe warudi garini ili apate uhuru wa kuongea na Malaika.

"Mama yako taarifu mimi leo iko *party* yako, veve maliza shule, Laika!"

"Ndiyo, mama. Ni kweli" Malaika alifurahishwa na ziara yao ila hakuthubutu kuianika wazi.

"Sasa mimi hapana kaa hapa muda refu Laika. Lazima mimi rudi jumbani. Sina sichana ya kazi, sina kitu yoyote mimi."

"Pole sana, mama." Sauti ilikuwa tulivu. Alitamani kumuuliza kama Mama Toni Juzar ameondoka maana ndiye aliyechukua nafasi yake alipojiunga na shule. Ila hakuthubutu.

"Mimi letea veve zavadi dogo tu. Labda veve penda zavadi yangu Laika!"

"Ahsante sana, mama!" Alishukuru japokuwa bado hakuwa ameiona zawadi hiyo. Bi. Tassim alimkabidhi mfuko ulionukia maakuli ya Kihindi. Akamkabidhi pia chupa mbili za manukato. Mfuko mwingine ulikuwa na kitambaa chepesi cha ukubwa wa meta mbili, cha rangi ya buluu chenye mauwa meupe. "Veve shona gauni au sketi." Sauti ya Bi. Tassim ilijawa furaha ya kibahili.

"Ahsante sana, mama." Malaika alikenua muda wote kwa furaha.

"Haya kubazi mimi nunua Zanzibar, lakini dogo kwangu, guu yangu kubwa kama *rabit.*" Alitabasamu kwa jamu. "Veve guu yako dogo kama toto dogo Laika." Alitabasamu upya huku ametupia jicho miguuni mwa Malaika.

"Ahsante sana, mama." Aliyajaribisha na kumuenea ungedhani yamechongeshwa kwa ajili yake tu.

"*You are welcome* Laika"

Malaika alipendezwa na zawadi zote, lakini alipomchunguza vizuri tajiri yake, alibaini kuwa amepatwa na mfadhaiko fulani wa moyo. Japo alitamani kumuuliza sababu, hakuthubutu. Kwa bahati nzuri, Bi. Tassim aliufungua moyo wake bila ya kuulizwa. "Mume yangu, Juzar, yeye odoka jumbani" Aliminya midomo huku kichwa kikimchezacheza kwa huzuni. Butwaa lilimtwanga Malaika. Hakujua kama ampe pole au afanyeje. "Ni habari ngumu sana." Alisema Malaika kwa sauti ya chini, kisha alimsikiliza tu huku usowe umehuzunishwa. "Juzar yeye safari kila siku, yeye safari kila siku. Juzar kila siku aga jumbani, safari, safari, safari Dar, safari Zanzibar, safari Tanga, safari India, safari Nairobi, safari London." Malaika alimkubalia kwa kutikisa kichwa. Bi. Tassim aliendelea kueleza, "Juzar penda sana safiri Tanga. Kumbe yeye pata sichana dogo sana kule Tanga." Malaika alimaka moyoni, kinywa kilimuachama. "Mimi na Juzar achana tayari. Juzar *not my husband any longer!*"

"Kwa hiyo una majukumu mengi sana ya kuendesha hoteli mwenyewe, pole mama!" Alitafuta maneno ya heshima ili asimkwaze. "Mungu atakupigania."

"Kazi mimi acha kabisa. Hoteli pata *boss* mpya. Mimi uza hoteli yetu. Mimi na toto zangu hamia Dar." Alianza kung'ara usoni baada ya kulitaja jiji la Dar-es-salaam. "Mimi na toto zangu hamia Dar moja kwa moja."

"Pole sana, mama."

"Jeethendra iko rudi" Uso ulizidi kung'ara. Ulichanua kama ua.

"Bwana Jeethendra amekuja tena! Hongera sana!"

"Sante sana. Mimi na Jeethendra tayari funga ndoa." Akamuonyesha pete yake ya harusi chandani.

"Hongera sana, mama".

"Jeethendra penda mimi sana."

"Hongera sana, mama."

"Juzar pia tayari funga ndoa na sichana yake dogo."

"Mambo mengi sana yamebadilika." Sauti sasa ilikuwa ya ujasiri kidogo.

"Mimi anza maisha igine kabisa. Lakini Juzar yeye kuja *once a month* kwa toto zake, yeye taka ona toto zake sana. Ni muhimu kwa toto kuona baba yao."

"Ni kweli, mama. Ni muhimu watoto kuwaona baba zao."

"Mimi kuja hapa, mimi sema kaheri. Kaheri Laika. *Next week* mimi rudi Dar. Pata kazi zuri sana kule."

"Nakushukuru sana kwa kuja kwenye sherehe yangu. Nakushukuru pia kwa kuniletea zawadi."

Bi. Tassim alimkazia macho. "Vanavake iko shida sana bila elimu, bila elimu vanavake pata shida kila siku."

"Ni kweli, mama."

"Veve lazima iko soma sana Laika. Veve iko soma sana!" Alisisitiza mara kumikumi.

"Na ndilo lengo langu kuu, mama."

Kabla ya kupanda garini, alimpa pia noti nyingi za shilingi elfu elfu, mpya na kuu kuu. Zilinukia nukato tamu. Malaika alimshukuru kupita kiasi. Wakakumbatiana ghafla pasipo kujua, nani alianza. "Veve kama kuja Dar, tafuta mimi. Sava?"

"Sawasawa kabisa, Bi. Tassim. Nakushukuru kwa kila kitu."

Bi. Tassim alipoondoka tu, ndugu zake Malaika walikuja pia kusherehekea naye.

Matokeo yalipotoka, Ben hakufaulu kuendelea na masomo ya Kidato cha Tano, hivyo alirudi kwao kutafuta maslahi mengine. Wakaahidiana kuwa wangesubiriana. Wakawa wanawasiliana kupitia nyaraka tu.

Sura ya 11

Ahadi ni Deni

Maisha yalibadilika pakubwa katika familia ya Malaika. Shangazi Tambi aliamua kurudi Tanga mara tu alipopata taarifa kuwa kaka yake, Mzee Mirambo, yu mahututi. Alikuwa akisumbuliwa na maradhi ya ini. Malaika alifichwa habari ile ili aweze kuendelea na masomo yake pasi kuathirika kisaikolojia. Shangazi Tambi alipowasili tu Tanga, kaka yake alimkabidhi nakala za hati za shamba la minazi. "Hili shamba ni la mke wangu pamoja na wanangu; Maida, Jeni, Rehema, Malaika na Oliver. Na hizi nakala nyingine ni za Magugu, yule kijana wangu niliyemzaa na bibi Kinakia Pimbwe miaka ya nyuma." Dada yake alimsikiliza tu. Mzee Mirambo alimpatia pia kitabu cha akiba cha benki. "Hiki ni cha Oliver ili amalize masomo yake ya chuo. Wewe ndiyo utakuwa msimamizi wake kuanzia leo."

"Lakini mbona umemsahau binti yako, Malaika, yeye pia si yuko masomoni?"

"Dada, naomba usinishutumu kabla hujayasikiliza maagizo hadi mwisho."

"Au hujui ya kwamba keshaanza masomo tayari?" Dada yake hakutaka kumsikiliza bali kuendelea kumshutumu.

"Oliver amenifahamisha hilo." Sauti yake iliashiria kuwa alikuwa akiteseka na maumivu makali ya tumboni.

"Au kwa sababu Oliver ni mvulana ndiyo maana umempendelea? Hii *taasubi* inanikera sana."

"Usianzishe shutuma zako, dada. Hunitendei haki hata kidogo unaponishutumu. Wanangu wote wana umuhimu kwangu, wawe wa kike au wa kiume. Kama watoto wa kike hawana umuhimu kwangu, mbona basi nimemsomesha binti yangu, Maida hadi ngazi ya juu kabisa, sasa hivi ni Mwalimu Mkuu kule Arusha. Binti yangu, Jeni pia nimemgharamikia kozi yake ya uhasibu na ninaamini kuna siku atapata kazi bora kwani cheti chake ni kisafi kabisa, kisafi kabisa!" Alisema kwa kusisitiza.

"Mimi nashangazwa na kitu kimoja tu, yawaje hukumkumbuka Malaika ilhali yeye pia yupo masomoni hivi sasa? Ni hilo tu. Naomba nifahamishe."

"Kama ungeliivuta kwanza subra na kulitega sikio hadi mwisho, ungeligundua kuwa sijamsahau binti yangu hata kidogo." Sauti ilikwaruza.

"Basi nakusikiliza."

"Kuhusu kumsaidia Malaika kimasomo, naomba uza lile shamba lililoko Horohoro, pesa itakayopatikana ndiyo itakayomsomeshea Malaika wangu."

"Sasa nimekuelewa. Niwie radhi ikiwa nimekukwaza."

"Usijali, dada." Kisha aliukunja tena uso kufuatia maumivu yaliyokuwa hayamfanyii hisani.

Kwa bahati mbaya, Oliver hakufanikiwa kumaliza masomo ya Kidato cha Tano na Sita. Alifukuzwa shule. Kwa bahati nzuri, alibahatika kujiunga na Chuo cha Ufundi Tanga. Huko lakini alifanya vyema, na baada ya kozi yake, aliahidiwa kazi palepale chuoni, kama mwalimu.

* * *

Ben alipohitimu kozi yake, alimwalika Malaika katika sherehe ya mahafali. Malaika alifurahishwa mno na mwaliko ule. Wazazi, dada na kaka zake Ben nao pia walihudhuria. Malaika akakutana na rafiki yake wa miaka mingi ambaye naye pia alikuwa akisoma katika chuo alichosoma Ben. Akamdokoa Malaika na kumwambia kuwa Ben ana mpenzi mwingine palepale chuoni.

"Eti ni kweli, Ben?" Hakuchelewa kumuuliza mpenziwe.

Ben alipinga shutuma zile. "Tulikubaliana kuwa tungeaminiana na kusubiriana, au umesahau Malaika?"

"Nimesikia tetesi tu."

"Maneno ya kuambiwa huwa ni sumu kwa wapendanao. Usiyatilie maanani." Sauti yake ilikuwa imekomaa tayari. Haikuwa tena ya kivulana bali ya kijana wa haja, *hirimu.*

"Basi sawa."

"Mipango ya maisha ya mbeleni tumesha ipanga tayari. Ni mipango ya maisha yetu sisi wawili tu, tusiwaingize wengine maana watatuyumbisha."

"Ni kweli, Ben." Baada ya hafla ile, Malaika alimweleza kuhusu habari mpya kabisa. "Hivi bado unamkumbuka Jombi wangu?"

"Jombi ndiyo nini?"

"Ahaa! Jombi ni mjomba wetu, tunamwita tu kwa kifupi, Jombi"

"Ndiyo namkumbuka, si ni yule hakimu mkuu? Ndiyo namkumbuka vizuri sana. Je, amefariki?" Aligutuka.

"Hapana!"

"Kuna nini sasa?"

"Amenitafutia Chuo Kikuu ughaibuni."

"Ati nini?"

"Amesema masomo kule si ghali kulinganisha na vyuo vikuu vya hapa nchini mwetu. Halafu kule anamjua mama mmoja wa Kanisa, Mama Stein. Nitaishi naye ili kupunguza gharama ya nyumba."

"Ni habari mpya kabisa hii!"

"Mjomba ameahidi kunigharamikia kila kitu kwa makubaliano kuwa pindi tu nimalizapo masomo na kupata ajira, basi angetaka nimrudishie nusu ya pesa aliyonisomeshea."

"Habari mpya kabisa hii, Malaika." Ben alirudia kusema.

"Niliafiki mkataba huo mara moja na kumwahidi kuwa sitomwangusha."

"Basi si ungeliniuliza kwanza ili tulijadili?"

"Nilijiamulia mwenyewe maana niliamini elimu nitakayoipata, isingekuwa yangu peke yangu bali yetu sote. Ingenufaisha jamii nzima."

"Hujanijibu swali langu vizuri, Malaika. Ulitakiwa unifahamishe kwanza ili tulijadili kwanza." Hasira fulani ilitukusia moyoni mwake.

"Nadhani uamuzi niliouchukua ulikuwa wa kiungwana kwani elimu ni uti wa mgongo, hasa kwa watoto wa kike."

"Kuhusu kupata elimu, hili silipingi hata kidogo. Ninachokisema mimi ni kitu kingine kabisa nacho ni hiki; ulitakiwa kunifahamisha kwanza ili tulijadili kwanza."

"Ninaamini kuwa mimi kujiendeleza kitaaluma hakuendi kinyume na penzi letu. Elimu itatusukuma sote wawili kimaisha." Alikazana kumuelewesha.

"Hujanijibu swali langu, Malaika!" Sauti ilibeba uzani wa *habta.*

"Sikukumbuka kukuuliza. Licha ya hili, niliamini hungelipinga."

"Basi sawa tu, kilichopangwa hakipanguliki tena."

"Naona umekwazika, Ben! Ina maana ulitaka nisiende kujiendeleza kimasomo, au?"

"Hapana, hapana. Nilitegemea tu kuwa tungelijadili kwanza."

"Basi niwie radhi kwa hili."

"Sasa mipango yetu ndiyo basi tena?" Alikunja uso wenye mashaka. "Hapana, Ben. Baada ya masomo nitarudi ili tukamilishe mipango yetu. Niamini."

"Nyie wanawake huwa hamuaminiki kabisa. Najua ukifika huko ughaibuni utampata mwingine halafu mimi ndiyo basi tena." Sauti ilitulia.

"Acha fikra mbaya, Ben. Nimekuahidi mwenyewe, kumbuka wahenga walisema kuwa, *ahadi ni deni,* hivyo toa yako mashaka." Ben alikosa amani kabisa. Malaika alijitahidi kumchangamsha kwa maneno matamu, hakuchoka kumwahidi kuwa angerudi. "Kipendacho roho hula nyama mbichi, Ben. Usiwe na wasiwasi kabisa juu yangu. Kurudi nyumbani ni wajibu wangu."

"Utaondoka lini?" Alidadisi kwa sauti iliyojawa huzuni.

"Pindi tu mipango yote ikikamilika, lakini usijali kwa sababu nitakufahamisha mapema."

"Sawa."

"Je, utaweza kweli kuvumilia hadi nirudi, Ben?" Alimtazama kwa jicho la mashaka.

"Usiniangalie kwa jicho hilo, Malaika. Naahidi kukusubiri. Usihofu."

* * *

Baada ya miezi miwili na ushei, Malaika aliomba ruhusa ya kwenda Moshi kumtembelea rafiki yake, Anne, na alimweleza mama yake kuwa pengine angelala huko usiku mmoja. Alipokuwa akijiandaa kuondoka, alimtaarifu Jeni kuwa alikuwa pia na mpango wa kupitia kwa Ben na familia yake. Jeni alimpa wazo zuri. "Lakini nenda kwanza kwa Anne kwa sababu inaweza kutokea kuwa Anne pia ameamua kuja kukuona, halafu halitakuwa jambo jema," Malaika alifuata ushauri wa dada yake.

Mama yake Anne alimpenda Malaika kama binti yake, alimlaki na kutaka kujua kuhusu mipango yake ya maisha, Malaika alimweleza kila kitu, mama yake Anne alitokwa na machozi kwa furaha, kisha alimbariki kwa maneno mazito ya Biblia. Kesho yake, tena asubuhi na mapema, aliaga, alisema kuwa lazima arudi nyumbani mapema maana kitongoji chao kimepata wahuni wanne waliokuwa wanasumbua eneo lote, hasa jua linapotua. Anne alimsindikiza shoga yake. Walipofika Moshi madukani, walimtafuta Ben. Anne hakutaka kuwasumbua, aliaga na kumuahidi shoga yake kuwa angekwenda kumtembelea juma lijalo. Ben na Malaika waliingia mgahawani kupata chakula cha mchana. Ben alimpongeza kwa safari yake ya ughaibuni iliyokuwa inanukia siku baada ya siku. "Ni hatua kubwa sana kubahatika kwenda Ulaya."

"Shukurani sana, Ben. Mimi pia nina furaha kubwa sana kuwa ninakwenda kujiendeleza kitaaluma."

"Ukifika itabidi ujifunze lugha mpya kabisa."

"Ni kweli kabisa. Nimesikia kuwa Kijerumani ni lugha ngumu sana. Lakini mama atakayenipokea, Mama Stein, ni mzawa wa huko hivyo nitajifunza kupitia yeye."

"Hivi ni nani anakulipia gharama zote hizo, au ni huyuhuyu Jombi wako?"

"Barabara. Jombi ndiye atakaye gharamia kila kitu, nimesha kueleza hili. Amesema lazima mimi pia niwe hakimu kama yeye, lakini nitamfidia nusu ya gharama yote mara tu nipatapo ajira yangu mwenyewe." Muda wa kuondoka ukawadia, wapenzi wale wakabakiwa na njia moja tu ya mawasiliano; nyaraka. Miaka miwili ilipopita, waliweza kuwasiliana kupitia njia mpya ya mawasiliano ya baruapepe. Malaika akawa pia akimpigia simu mara mbili kwa mwaka.

"Ahadi ni deni, Malaika?" Ben hakuchoka kumwuliza nyarakani.

"Ahadi ni deni, Ben."

Sura ya 12

Kimya Kingi Kina Mshindo Mkuu

Ndege ilipotua tu nchini Ujerumani, Mama Stein alikuwa tayari akimsubiri Malaika kwa hamu kubwa. Alikuwa mrefu na mwenye nywele za rangi ya ugoro parara. Alikuwa mama wa makamo. Ngozi ya shingo yake ilikunjana kila ageuzapo shingo upande wa kushoto au kulia. Tabasamu lake lilikuwa la kirafiki. Alimpokea Malaika kama dada mkubwa ampokeavyo mdogo wake ambaye hawakupata kuonana kwa muda mrefu. Mikono yake mirefu ilimkumbatia Malaika na kumfanya asifurukute, macho ya Mama Stein yaling'ara kwa furaha ya kumwona Malaika. Rangi ya mboni ilikuwa kijani kibichi, meno yaling'ara sawa na nyota ya alfajiri, ilikuwa dhahiri kuwa alikuwa akiswaki si chini ya mara sita kwa siku. Uso ulikuwa laini kama wa mtoto mchanga, nukato alilojipulizia lilimvutia Malaika. Kila alipomwangalia Malaika, alitabasamu kama vile kaona almasi. Kabla ya kwenda nyumbani, alimshauri wakapate kwanza staftahi kwenye moja ya migahawa ya pale uwanja wa ndege. Kiingereza chake cha kupapasa hakikuwa kigumu kumwelewa. "Kwanza tukaweke mizigo yako kwenye vikabati vya uwanja wa ndege ili tuwe huru." Alishauri.

"Sawa tu, ila sitaki tuisahau hapo baadaye."

Mama Stein alicheka kwa sauti. "Hatutaisahau. Hofu ondoa."

"Sawa sawa kabisa."

Mama Stein alitupia pesa pembeni ya moja ya vikabati na kuloki, funguo akaitia ndani ya koti lake.

"Mbona umelipa, nilidhani unafunga tu, basi."

"Karibu Ulaya, Malaika." Alitabasamu kicheshi. "Hakuna cha bure hapa Ulaya. Wanatoza pesa kwenye kila kitu." Hatimaye aliweka mkono wake mzito mabegani mwa Malaika na kuelekea mgahawani. Malaika alizungushia wake kiunoni mwa Mama Stein. "Nimefurahi kuwa umefika salama salimini, Malaika." Alimwambia huku wakijiandaa kuketi kwenye meza iliyokuwa tupu. Mgahawa ulikuwa umefurika watu, wake kwa waume walisongamana mule ndani. Wengine walikuwa wameweka mabegi yao pembeni ya viti vyao, wengine walikuwa wakivuta sigara, kunywa kahawa au kupeana mabusu motomoto. Malaika alishangazwa na kila kitu, kila kitu kilikuwa kigeni machoni mwake. Mavazi ya baadhi ya kina mama yalikuwa mafupi karibu kuonyesha nguo zao za ndani. Mazingira yote yalitofautiana na mazingira ya kwao, alikiri kimoyomoyo kuwa wanawake wa nchi ile si kwamba tu waliutambua uhuru wao, bali pia kuufaidi waziwazi. Walivaa walivyotaka bila kuhofia macho, miluzi au kashfa za wanaume, walikunywa walichotaka, walikwenda walikotaka, hakuna aliyewawekea vikwazo, masharti au sheria. Akina baba wengi walikuwa wamevalia suti na tai kama bwana harusi, mawakili, wafanyakazi wa benki au waajiriwa katika mashirika ya Umoja wa Mataifa, Malaika aliwafananisha na Jombi wake kimavazi. Kitu kingine kilichokuwa kigeni kwake ni papara za watu, wengi walikuwa wakifanya shughuli zao kwa papara kama vile walikuwa kwenye haraka fulani, walipotembea, walichapuka kama vile wanakimbizwa na jibwa lenye kichaa. Hali ya usafi wa pale uwanja wa ndege ilimvutia pia, sakafuziling'aa kama kioo kiasi cha kuweza kujiona mwenyewe. Majengo yote yalikuwa ya vioo vikubwa vilivyoifanya mbingu iwe karibu na dunia. Matangazo ya wahudumu wa uwanja wa ndege yalikuja kupitia spika mbalimbali zilizokuwa zimetundikwa kila mahali, walitoa taarifa mbalimbali zilizohusu usafiri wa ndege, lakini pia kuhusu usalama wa uwanja, abiria waliombwa kutoacha mizigo yao yenyewe kwa usalama wa kila mtu. Ngurumo za ndege zilizopaa au kutua zilisikika kwa ukaribu sana, kila alipotupia jicho nje, aliziona zikipaa na kushuka, zilitoka mataifa mbalimbali. Mama Stein hakuchoka kumwambia kuwa amefurahi kumwona. "Nimefurahi sana kuwa safari yako ilikwenda shwari."

"Kabisa. Ninamshukuru Mungu kwa hili. Sikupata misukosuko yoyote."

"Karibu sana Ujerumani."

"Nimefurahi sana kufika hapa."

"Na mimi nimefurahi kukuona."

"Mimi pia nimefurahi kukuona, Mama Stein"

"Niite tu Sabine." Tabasamu lake lilikuwa la kisichana. Malaika alimwitikia kwa kutikisa kichwa huku akirudisha tabasamu. Walipofika nyumbani, Sabine alimwonesha Malaika chumba chake ambacho angetakiwa kuishi kwa miaka minne mizima ijayo. Kilikuwa kikubwa ila kilielekea barabarani hivyo hakuweza kuziepuka kelele za magari, miezi ya mwanzo, alipata usingizi wa mang'amung'amu tu. Hali ya hewa nayo, haswa kipindi cha baridi kali, ilimletea homa na mafua makali ya mara kwa mara, maandalizi ya chakula yalikuwa pia mapya kwenye ulimi wake, alijitahidi kuzoea kila kitu na kwa haraka iwezekanavyo ili awe huru kukamilisha ndoto zake. Alibaini kuwa wenyeji wanaishi maisha ya upwekepweke, hakuna aliyemjali mwingine. Kuishi na Sabine kulimsaidia kuimarisha Kijerumani chake kwani Sabine alipendelea zaidi kuongea Kijerumani kwa sababu Kiingereza kilimsumbua. Baada ya nusu mwaka tu, Malaika alikimudu Kijerumani kwa kiwango kikubwa. Sabine alimtembeza kila mahali kumwonesha mazingira mbalimbali. Alitaka Malaika azoee haraka mila na desturi ya taifa lake. Kila Jumapili, walikwenda kanisani. Mwezi uliofuata, alijiunga na shule ya lugha ya Kijerumani. Huko alipata fursa ya kukutana na wanafunzi wa kutoka mataifa mbalimbali ambao nao pia walikuwa wakijifunza lugha hii. Alifahamiana na wanafunzi kutoka Uturuki, Ugiriki,

Bulgaria, Ufini, Jilbralta, Misri, Afrika Kusini, Ghana, Nijeria, Togo, Kameruni na kwingineko. Muda uliporuhusu, alijitahidi kumwandikia Ben barua. Malaika hakumficha Sabine juu ya penzi lake kwa Ben. Alipojiunga na chuo kikuu, alipata fursa ya kutumia kompyuta za chuo kuwasiliana na Ben. Ben yeye ilibidi kwenda kwenye vibanda vya kompyuta, *internet Cafe* ili kuweza kuwasiliana na mpenziwe. Malaika alijitahidi kumwandikia kila siku, alimsimulia kuhusu maendeleo ya masomo yake na kuhusu maisha ya Ulaya kwa ujumla. Pia, hakuchoka kumshauri awe mvumilivu. "Usife moyo Ben, nitarudi."

"Wala usijali, Malaika. Wewe soma sana kwa sababu kisomo chako kitakuja kutunyanyua kimaisha."

"Nakushukuru sana kwa ahadi yako kuwa utasubiri."

"Kukusubiri budi, Malaika."

"Ahsante."

"Si mimi peke yangu akusubiriye bali taifa zima. Tunahitaji wasomi ili watusukume mbele kimaendeleo."

"Sitawaangusha."

Hata hivyo baada ya mwaka, mawasiliano yao adhimu yalikatika ghafla. Ben alimtaarifu mpenziwe kuwa amepata ajira nzuri bandarini, jijini Dar - es - Salaam. "Majukumu haya mapya yananimalizia muda wangu wote."

"Nimekuelewa, Ben. Usijali."

"Hivyo mawasiliano yetu yatakuwa si ya mara kwa mara kama awali. Natumai sijakukwaza kufuatia mabadiliko haya."

"Hujanikwaza hata kidogo, Ben. Kuwajibika ni muhimu, tena nimefurahi sana kuwa umepata kazi. Hongera sana, mpenzi wangu."

"Mshahara ninaoupokea ni mzuri mno hivyo tutanunua kiwanja ili hapo baadaye tujenge mji wetu wenyewe."

"Ni wazo zuri sana. Hongera sana."

"Hongera ni yetu sote wawili."

Malaika ndiye aliyekuwa akiandika mara kwa mara. Barua pepe nyingi alizopokea Malaika zilitoka kwa Jombi kumkumbusha juu ya umuhimu wa taaluma, aliwasiliana pia na Mama Stein kufuatilia maendeleo ya Malaika. Baada ya robo mwaka, Malaika alitarajia kupata walau barua pepe moja kutoka kwa mpenzi wake. Na kweli, Ben aliandika kumwomba msamaha kwa kukawia kuandika. "Majukumu ni mengi sana, mpenzi wangu. Cheo nilichopewa kinanipatia mshahara mnono ila majukumu yake siyo mchezo. Lakini usijali, nitajitahidi kukuandikia kila niupatapo upenyo."

"Nimefurahi sana kwa kunikumbuka, Ben. Nilidhani umenisahau."

"Mbona nakukumbuka kila siku tu, *my love !* Nakukumbuka si usiku si mchana."

"Mimi pia." Roho ikapata faraja. Baada ya miezi michache, Ben alimwambia mpenziwe kuwa wamenunua kiwanja na alikuwa amekwisha anza shughuli za ujenzi.

* * *

Masomo yalimwezesha Malaika kusafiri na kufika pande mbalimbali za Ulaya. Alijaaliwa kufika Uingereza, Ubelgiji, Ugiriki, Uholanzi, Ufaransa na Italia. Hata Uturuki alishafika pia. Kote huko, alipata nafasi ya kukutana na wanafunzi kutoka mataifa mbalimbali na kuweza kujumuika nao katika kujadili masomo yao ya sheria. Alipofaulu mitihani yake, alimwandikia mpenziwe, mjombawe na mama yake mara moja ili wafahamu kuwa anaendelea vizuri, alitaka wamsifie, alitaka wazidi kumwamini katika kila analolifanya. Mwalimu aliyekuwa akimsimamia Malaika kimasomo aliridhishwa na bidii yake, akamshauri kuwa aendelee na masomo ili achukue masomo ya Shahada ya Uzamivu.

"Inachukua miaka mingapi?" Alidadisi.

"Takriban miaka mitano hadi kuhitimu."

"Miaka mitano, yote hiyo?" Alikodoa.

"Ukihitimu utakuwa mbali sana kimaisha." Alimhakikishia.

"Hapana, mwalimu. Hii Shahada ya Uzamili inanitosha kabisa."

"Lakini ukipata Shahada ya Uzamivu hutahangaika tena kupata kazi popote duniani."

"Nalifahamu hili, lakini kule nyumbani wananisubiri kwa hamu kubwa sana."

"Unaweza kuwasiliana nao kila siku. Baruapepe imerahisisha mawasiliano duniani kote."

"Ni kweli, lakini si sawa na kuwaona uso kwa macho."

"Unaweza kwenda kuwatembelea. Tosha kabisa."

"Jombi wangu amesema kuwa amesha nitafutia kazi kule Umoja wa Mataifa."

"Jombi ni nani?"

"Ahaa! Jombi ni mjomba wangu, tunamwita tu kwa kifupi, Jombi." "Inaelekea huyu Jombi wako amesoma sana."

"Sana tu. Tena yeye ndiye anayegharamia masomo yangu huku Ulaya."

"Basi ukimweleza kuwa una mpango wa kuendelea na masomo, naamini hatakukatalia."

"Ni kweli, lakini lazima nirudi kwanza nyumbani.

"Mbona umekazania sana hoja ya kurudi?

"Mchumba wangu ananisubiri ili tufunge ndoa."

"Mwambie awe mvumilivu. Nina hakika atakuelewa."

"Tunataka kufunga ndoa mara tu nifikapo nyumbani."

"Lakini masomo ni bora zaidi kwa mwanamke wa Kiafrika kuliko ndoa, au nimekosea?"

"Ndoa ni muhimu pia."

"Sitaki kukulazimisha kwa chochote, Malaika. Ila kumbuka kwamba, apataye nafasi ya kujielimisha, haichezei."

"Baada ya kufunga ndoa ninaweza kuja tena kuendelea na masomo, nakuahidi."

"Ni vigumu sana kuendesha farasi wawili kwa wakati mmoja, Malaika."

"Inawezekana unenalo, lakini nawafahamu wanawake wengi sana wenye ndoa zao lakini pia wako vyuoni."

"Uamuzi ni wako." Alisema mwalimu wake huku viganja amevipanua kwa kuelekea mbele.

* * *

Akili ya Malaika ilishavurugika tayari kwani tangu miezi miwili na nusu hakupokea waraka wa Ben. Robo mwaka ulipokatika bila kusikia chochote kutoka kwake, alishikwa na *taharaki*. Alipochoka kusubiri, aliamua kuwasiliana na wazazi wa Ben ili ajue kilichokuwa kinaendelea. Wazazi hawakurudisha majibu. Kaka na dada zake Ben pia hawakujibu. Akaamua kumwandikia Anne kwa sababu alikuwa akiishi Dar, na alifahamu kuwa alikuwa akiwasiliana na Ben. Lakini Anne pia hakujibu nyaraka zake. Akamwandikia tena mpenziwe kumtaarifu kuwa kwenye miezi mitatu ijayo angerudi nyumbani kwani amehitimu masomo yake. Akamkumbushia kuhusu ndoa yao, akamsihi kuwa ifungwe mara tu matairi ya ndege yaigusapo ardhi ya Afrika. Japokuwa alipatwa na huzuni kuwa muda si mrefu angeachana na Mama Stein pamoja na wanafunzi wenziwe ambao tayari walishajenga urafiki wenye mizizi, alifurahi sana kurudi kwao. Hamu ya kuwaona ndugu, jamaa na rafiki, zaidi lakini, hamu ya kumwona Ben, haikuelezeka.

Ndege ilipotua tu, aliingiwa moyoni na ile methali ya, *kimya kingi kina mshindo mkuu*. Moyo ukamwenda resi. Ukimya wa Ben ulimtesa akili na roho. Hisia fulani ilimwambia kuwa pengine mpenziwe kafikwa na shida kubwa sana kwani haikuwa kawaida yake kukata mawasiliano bila kuitaja sababu. Alihofu kuwa huenda amepatwa na maradhi ya ghafla, akalazwa, au pengine ukute pia amekwisha aga dunia tayari.

Sura ya 13

Haraka Haraka Haina Baraka

Ni Jombi peke yake ndiye aliyekwenda uwanja wa ndege kumpokea Malaika. Wakiwa wanarudi nyumbani, Jombi alimsimulia juu ya maendeleo na mabadiliko yaliyojitokeza kwenye familia yao. "Watoto wa dada yako, Jeni, Tumaini na Masomi, wamejiunga na shule ya msingi."

"Safi sana. Elimu ni ufunguo wa maisha."

"Naam!"

"Dada Jeni, je, alipata ajira nyingine baada ya kuondoka porini?"

"Huyu amepata kazi ya uhasibu wilaya ya Arumeru."

"Dada Jeni anaimudu fani hii vizuri sana, nilifahamu kuwa lazima angepata kazi nyingine haraka tu."

"Alipata bwana wa kitalii lakini walikuja kuachana."

"Maisha ni safari."

"Naam! Sasa hivi nimesikia kuwa anataka kufunga ndoa na mwongozaji watalii."

"Lazima wamefahamiana hukohuko porini."

"Nahisi itakuwa ni hivyo. Ni kijana mzuri, nimemwona mara moja tu, anaitwa Makasi."

"Bora kheri."

"Dada yako, Maida kapandishwa cheo. Sasa hivi ni Mwalimu Mkuu katika Shule ya Sekondari Wilayani Babati. Hivyo, amehamia hukohuko Babati."

"Kwa hivyo nyumbani haji tena?"

"Huja mara moja kwa mwezi tu."

"Ni mabadiliko makubwa sana."

"Kabisa, kabisa."

"Maisha ni hatua."

"Oliver ameamua kubaki Tanga"

"Mtoto wa Tanga yule!" Alisema kwa sauti ya ucheshi.

"Kazi yake ni ileile ya kufundisha katika Chuo cha Ufundi Tanga?"

"Barabara kabisa."

"Dada Rehema naye, bado anaishi Tanga?"

"Habari za huyu dada yako wala hakuna azijuaye maana mumewe hataki awasiliane na ndugu zake."

"Kumkataza mtu asiwasiliane na nduguze ni ujinga tu."

"Watajua wenyewe. Maadamu huko aliko ameridhika na maisha yake, hatuna la kufanya."

"Ni kweli kabisa."

"Bibi Moshi, kwa bahati mbaya, ameenda mbele za haki mwaka jana." "Hapana jamani! Hivi ni kweli Jombi?" Huzuni ilimjawa.

"Tatizo lake la ulevi ndilo lililommaliza."

"Jamani bibi yangu!" Kisha alidadisi. "Mbona hamkuniambia sasa?" Machozi yalimlenga enga.

"Walitaka kukuambia lakini niliwakataza ili usifadhaike halafu ushindwe na masomo."

"Jamani!"

"Kuna habari nyingine pia ambayo najua itakuhuzunisha zaidi."

"Ipi, ipi hiyo, Jombi!" Macho yalimtoka kwa hofu.

"Baba pia hatuko naye tena." Sauti ilikuwa ya tuo.

"Eti nini Jombi, hivi ni kweli kuwa baba yangu amekufa?"

"Ni miaka miwili sasa tangu muumba wake amwite."

"Jamani baba yangu." Machozi yalimchuruzika.

"Na hili pia mmenificha, kwa nini, Jombi?"

"Sababu ni hiihii niliyokwisha kwambia, Malaika."

"Ilikuwa ni haki yangu kuijua habari hii."

"Ni kweli. Ndugu wengine pia hawanielewi. Lakini mimi ndiye niliyeamua kuwa usiambiwe kwanza ili usisumbuliwe kimasomo."

"Roho inauma sana."

"Utapoa, usijali."

Hasira kwa mjombawe haikuwa na kikomo ila hakuthubutu kuionyesha, alibakia kuugulia moyoni tu.

"Baba alikuwa akisumbuliwa na maradhi ya ini. Madaktari wakamwambia kuwa haiwezekani tena kupona."

"Jamani baba yangu!" Kitambaa cha mkono kiliuziba uso wake huku akibubujikwa na machozi.

"Kwa kuwa hakutaka kufia Hospitali, alitoroka na kurudi kijijini kwake ambako alijitahidi na mitishamba."

"Jamani baba yangu!" Alinong'ona. Jombi alikuwa na uso mkavu kama hakimu wengine wote. Aliendelea kumpatia taarifa za nyumbani bila kuonyesha huzuni yoyote. "Nimepata taarifa kuwa kule Tanga, hali ya kiafya ya Shangazi Tambi siyo nzuri."

"Shangazi pia mgonjwa jamani!" Alimwangalia. Macho yalikuwa mekundu tayari kwa kulia.

"Anaugua homa ya mapafu, nimeambiwa." Habari zote zile, nzuri na zisizo nzuri, zilimvuruga akili. Baba yake alikuwa na umuhimu mkubwa katika maisha yake. Halafu kufikiri kuwa pengine shangazi yake naye angeaga dunia muda si mrefu, kulizidi kumla akili. "Baba aliacha wosia wowote kabla hajakata kauli?"

"Sidhani. Lakini nakushauri umuulize shangazi yako maana yeye ndiye aliyekuwa akimuuguza hadi dakika ya kukata roho."

"Kwa hiyo shangazi sasa anaishi peke yake kijijini?"

"Hata sijui nikupe jibu gani, Malaika."

"Lilikuwa ni swali tu, Jombi."

"Mila na desturi zetu za Kiafrika hazituruhusu kuishi kipweke kama kule Ulaya, hili unalifahamu, hivyo sina haja ya kukueleza."

"Ni kweli, Jombi."

"Ndugu ni wengi sana. Anaishi na binamu yake, Jeremia, Mke wa Jeremia ndiye anayemtunza shangazi yako. Jeremia hutupigia simu mara moja kila juma kutujulisha juu ya hali ya shangazi yenu."

"Sawasawa kabisa." Akaongezea, "Lazima nikamwone shangazi yangu haraka iwezekanavyo."

Walipofika nyumbani, Malaika alihamaki kumkuta Joyce nyumbani kwao, tena alikuwa katika hali nyingine kabisa.

"Karibu nyumbani, Malaika. Tulikuwa na hamu nawe isiyo kifani."

"Joyce !" Aliendelea kuhamaki. "Hivi ni wewe kweli au ni macho yangu tu ndiyo yanayonidanganya?" Wakakumbatiana.

"Natarajia kujifungua muda wowote, kama siyo leo basi kesho." Alisema kwa sauti tulivu. Tabasamu liliutawala wajihi wake.

"Habari hii pia hatukutaka kukueleza ili tusikusumbue na masomo yako." Alieleza Jombi huku tabasamu limeupamba usowe.

"Jombi jamani!" Sauti ilijawa huzuni na furaha kwa wakati mmoja.

"Tulifunga ndoa mwaka jana mwezi wa kenda." Tabasamu halikumwacha.

"Jombi jamani! Habari nzuri kama hii pia mmenificha jamani?"

"Nilitaka usibughudhike kwa lolote. Nilitaka usome, ubukue, ulete nyumbani vyeti vyenye maana." Alicheka kidogo.

"Jombi jamani!"

"Vyeti vyenye masifuri havihitajiki kokote." Alisema kicheshi.

"Jombi jamani! Habari nzuri kama hii hamkutakiwa kunificha."

Malaika na Joyce walikumbatiana tena kama visichana vya shule ya msingi. Walinepa mara kushoto mara kulia kwa furaha ya kuonana tena. Macho ya Malaika yaling'aa kwa furaha, lakini rohoni mwake aliendelea kuyaficha machungu ya kupotelewa na baba yake na bibi yake. "Sasa nikuite Joyce Antonio Rodriguez au shangazi?" Aliuliza akiwa na tabasamu laini usoni.

"Wee Malaika, acha fujo zako." Joyce alimjibu huku akihisi aibu.

"Mwite tu jinsi unavyotaka wewe." Sauti ya Jombi ilijaa ndweo.

"Karibu nyumbani." Sauti ya Joyce ilikuwa ya tuo. Ujauzito ulimfanya aonekane mkubwa kuliko umri wake. Kifua kilijaa, mafunda yalituna. Hakuwa tena yule Joyce aliyemwacha miaka ya nyuma mwenye mwili mchanga, mteke na maziwa yasiyohitaji kuvikwa sidiria, la hasha. Walipokuwa chumbani wenyewe, Malaika alimdadisi.

"Kuolewa na Haruna kumeshia wapi ?" Alisubiri jibu kwa hamu.

"Shangazi alinifunda nikafundika. Alinialeza mambo kadhaa yaliyonivunja moyo moja kwa moja hatimaye nikaona bora nijiachie tu.

"Mambo gani hayo?"

"Nimeambiwa kuwa japokuwa Haruna alitaka niwe mkewe wa nne, kumbe huko mitaani alikuwa tayari amewabebesha mimba wasichana wawili, ila ilikuwa siri kubwa sana, aliijua shangazi yake tu. Huyo shangazi akaenda kumwambia rafiki yake kipenzi, Hadija. Huyu Hadija ni rafiki wa shangazi yangu, ndipo akamweleza shangazi kila kitu, shangazi akaja kunionya. Nikakata mawasiliano na Haruna moja kwa moja."

"Ulivyokuwa unatamba naye huyu Haruna, ukadiriki hata kuvunja urafiki wetu, pale nilikuonya usiolewe na mwanamume ambaye tayari ana wake zake."

"Mi naona tuyaache tu kama yalivyo. Yamekwisha pita tayari."

"Ni kweli *shangazi.*" Walicheka kimbea Malaika alipomwita jina la *shangazi.*

"Wifi kasema nijifungulie hapahapa nyumbani." Alimwarifu Malaika.

"Safi kabisa, hapa utapata msaada stahiki maana kule mjini Mjomba hana muda, sembuse nafasi. Halafu mama anajua sana jinsi ya kutunza mtu, atakusaidia ipasavyo."

* * *

Baada ya takriban siku mbili, Jombi alikuja kuwajulia hali. Malaika aliaga ghafla, hoja yake ilikuwa kwenda Tanga kumwona shangaziye aliyekuwa mgonjwa. "*Haraka haraka haina baraka,* mwanangu, kule Tanga mbu ni wengi sana, nakushauri usubiri kwanza hadi uizoee hali ya hewa ya hapa Afrika ndipo ufunge safari." Mama yake alimhadharisha.

"Hapana mama, mipango ya Mungu anaijua Mungu mwenyewe. Niacheni tu niende." Hisia ngeni, ya hofu, iliutwaa moyo wake, akatamani kulia. "Naifahamu hofu yako, mwanangu, lakini afya yako pia ni muhimu." Mama yake alikazana kumshauri asifanye pupa kiasi kile, lakini Malaika alikuwa amesha kata shauri tayari.

"Nitasafiri na wewe, Malaika. Mimi pia sijamwona shangazi kwa muda sasa. Ni zaidi ya mwaka sasa tangu nimtie jichoni kwa mara ya mwisho." Jeni alimtaarifu.

"Hapana Jeni, nipeni na mimi muda wangu mwenyewe wa kumwona shangazi nikiwa peke yangu."

"Nimekuelewa, Malaika. Usijali. Nitakwenda kumtembelea wakati mwingine." Jeni alibadilisha mawazo dakika ileile.

"Basi ukifika msalimie, mwambie tunamtakia afya njema." Mama yake alimtuma.

"Nikitoka Tanga, nitaelekea Dar kwa juma moja na nusu."

"Dar kuna nini?" Jombi alidadisi kwa sauti ya pupa.

"Nataka kwenda kumwona rafiki yangu, Anne."

"Kwani yu mgonjwa?" Macho ya mashaka yalimtoka, jasho lililokuwa limeota vitunda usoni, lilimwekamweka kwenye miale ya jua, akatoa kitambaa chepesi chekundu kulipangusa.

"Hapana! Ameniambia kuwa amejaaliwa watoto pacha, ndiyo nataka kwenda kumpa pole ya uzazi."

"Una mikakati mingi sana, Malaika." Mama yake alimsemeza kwa sauti ya mashaka. Jombi hakupendezwa hata kidogo na safari zile. "Nakupa mwezi mmoja tu wa kutembelea ndugu, jamaa na marafiki. Baada ya hapo, nitakuhitaji ofisini."

"Sawasawa kabisa, Jombi. Nimekuelewa."

"Unatakiwa kuripoti kazini kuendana na mkataba wa kazi uliousaini mwezi jana. Unakumbuka?"

"Nakumbuka kila kitu, Jombi."

"Usichezee kazi hata kidogo, Malaika."

"Hili nalifahamu fika, Jombi, naahidi kuwa nitarudi kwa muda unaotakiwa."

"Ajira katika Umoja wa Mataifa hazipatikani kimchezomchezo, hivyo nitakuhitaji kazini kama tulivyokubaliana kwenye mkataba wetu."

"Sawasawa kabisa, Jombi."

Jombi hakuchoka kumfahamisha juu ya umuhimu wa elimu na ugumu wa kupata ajira. "Nimekusomesha mwenyewe na imenigharimu maelfu ya dola, hivyo nisingependa kuangushwa hapa mwishoni."

""Nafahamu, Jombi."

"Kuzurura na dunia mimi sikutaki kabisa! Nataka uwajibike, lazima upige kazi, Malaika. Unanielewa vizuri?" Sauti ilikuwa tulivu ila aliyemjua vizuri, angejua mara moja kuwa hakuwa mtu aliyependa kuyumbishwa. Akiamua jambo, ameamua.

Sura ya 14

Utarudi Lini?

Shangazi Tambi alipomtia tu Malaika machoni, machozi yalianza kumiminika kama maji ya Mto Pangani. Sauti ya mkwaruzo ilimkaribisha Malaika, mikono iliyokondeana ilielekea mbele kumsihi ajongee, wakumbatiane. Wakakumbatiana kwa dakika kadhaa huku shangazi akimshukuru Mungu kwa kuwakutanisha tena. Wakaingia chumbani ambako shangazi aliketi kitandani huku akimwashiria Malaika aketi ubavuni mwake, Malaika akabweteka pembeni yake, mkono wa kulia ameuzungushia begani mwa shangazi yake. Shangazi aliongea kuhusu mambo mengi lakini Malaika hakumwelewa vizuri kufutia mkwaruzo wa sauti yake. Hatimaye aliyapangusa machozi na kuanza kucheka kwa furaha ya kumwona tena Malaika, alipotabasamu, Malaika alibaini kuwa shangaziye ameng'okwa meno mawili ya chini. Kilemba alichokuwa amevaa kichwani kilimkongwesha mara dufu. Ndugu wengine ambao wengi wao Malaika hakuwafahamu, walikuja kumlaki. Malaika alikaa siku tatu kwa shangazi yake, walichukua fursa ile kuyaongelea yote yaliyokuwa mioyoni mwao. Yalikuwa ni mambo mengi mno yaliyomfanya Malaika ahisi kama vile wamekuwa pamoja kwa miaka mitatu mfululizo. Hawakulala hata kama nyota angani zilikuwa zikimulika, walicheka kama watoto wadogo na kuangukiana mabegani na mikononi. Mara nyingine walihuzunika na kuchuruzikwa machozi, shangazi alihuzunika zaidi ya Malaika, machozi yake yalikuwa mara ya furaha, mara ya huzuni. Gunya lake la maua ya kijani na buluu alilitumia kuyapangusia. Macho yalimwiva kwa kucheka au kulia. Usiku wa siku ya pili, shangazi alimhadithia mengi kuhusu maradhi yaliyopelekea kifo cha baba yake, Malaika alilitega sikio huku macho ameyakazia kwa shangaziye. Hatimaye shangazi alimweleza kuhusu barua ya mirathi aliyoiacha baba yake. Malaika akamlalamikia, kwa nini hawakumweleza kuhusu maradhi ya baba yake ili arudi mara moja.

"Huyu jombi wako, huyu hakimu ndiye aliyeamua usielezwe chochote ili usome bila mawazo. Yeye ndiye aliyetoa masharti yote. Mwehu sana yule! Mawazo yake yote yako kwenye maendeleo tu, haujali utu wala ubinaadamu, mwehu sana huyu hakimu wenu!" Sauti ya shangazi yake ilibeba jazba fulani. "Usijali shangazi, baba sasa amesha kwenda kuzimu, hakuna namna. Wewe sasa ndiyo baba yangu." Shangazi alipoyasikia maneno yale, alimwangukia mikononi na kububujikwa machozi upya. Malaika pia, alishindwa kujizuia, wote wawili wakawa wanalia machozi ya moto. Kumbukumbu ya baba yake ilimwingia akilini, akahisi kama vile alikuwa akiangalia filamu yenye mchanganyiko wa majonzi na furaha. Asubuhi na mapema, mke wa binamu yake shangazi aliwatengea chai ya mchaichai na bilauri ya maji. Mihogo ya nazi na iliki na samaki wa kupwaza ilinukia chumba kizima. Baada ya kupata maakuli, shangazi alimfahamisha tena kuhusu mambo ya mirathi. "Nakala ya hili shamba lenu, zote anazo mdogo wenu, Oliver. Nakala hizo zinasema kwamba shamba lote lililoko hapa kijijini ni lenu nyote; ni lako, ni la dada yako Maida, ni la dada yako Jeni, ni la dada yako Rehema, na ni la mdogo wenu Oliver. Nyote mna haki sawa. Urathi wote umenukuliwa kwenye hizo nakala. Sawa, mwanangu?" Kisha alinyanyuka na kufungua sanduku lake la mbao. Harufu ya dawa ya sanduku ilimwingia Malaika puani na kuiburudisha roho yake. Shangazi alitoa kanga zote kwenye lile sanduku, chini kabisa palikuwa na bahasha ya kaki yenye barua ya Malaika kutoka kwa baba yake. Malaika aliifungua na kusoma kwa pupa.

Mwanangu binti yangu, Malaika Mwanakiti Mirambo. Kukuandikia wewe peke yako barua, haina maana kuwa una thamani kubwa zaidi ya wanangu wengine wote. La hasha! Nimekuandikia kwa sababu umechukua jina la marehemu mama yangu. Na maadamu umepewa jina la marehemu mama, mila na desturi inanilazimu kukuheshimu kama nilivyomuheshimu mama mzazi. Kupewa jina la bibi au la babu ni tunuku kubwa sana lakini pia inayokupa majukumu makubwa ya kiukoo. Mimi pia nilipewa jina la babu mzaa mama, ndiyo maana nimekabidhiwa majukumu ya kiukoo. Zamu yako sasa imefika mwanangu. Nitakapokata kauli, wewe ndiye utachukua majukumu ya kimila na kidesturi kuhusiana na masuala mbalimbali ya kiukoo. Kama ilivyoorodheshwa kwenye barua ya mirathi, utagundua kuwa shamba lako ni kubwa kuliko mashamba ya ndugu zako wengine, hii ni kutokana na hali halisi kuwa kwenye shamba lako kuna makaburi ya wazazi wangu na makaburi ya bibi na babu yangu. Kwa hivyo basi, mila na desturi inakulazimu kuchukua majukumu ya kuyatunza hadi hapo patakapo patikana mtu mwingine wa kupokea majukumu hayo. Marehemu mama alinikabidhi majukumu haya, na mimi sasa narudisha majukumu haya kwa mama mzazi kupitia kwako. Natumai umenielewa sasa, na natumai pia kuwa utayapokea majukumu haya kijemedari. Mara tu upokeapo waraka huu, nakuomba fanya hima, nenda makaburini ukatoe kafara ya mbuzi na maziwa ya mgando ili mizimu ya kwetu ikupokee rasmi kama msimamizi mpya wa mji wetu. Mungu na akusimamie, na pia akutie nguvu katika kuyapokea majukumu haya ya kiukoo.

Ni mimi baba yako mpenzi, Mzee Mirambo.

"Nitajitahidi kadiri ya uwezo wangu kuyatunza, baba." Alimwahidi marehemu baba yake na yeye mwenyewe pia kwa sauti ya kunong'ona.

"Mimi nitakuwa nawe bega kwa bega, mwanangu. Usijali. Tutasaidiana na kushirikiana katika kuyatunza." Shangazi alimwahidi. Siku ya tatu yake, Malaika alitaka kutekeleza ombi la marehemu baba yake mara moja. "Tusipoteze muda, shangazi, tusaidiane katika kufanikisha tambiko hili. Tafadhali mwite Mjomba Jeremia na wakubwa wengine wote wa familia ili tushauriane." Bila ya kuchelewa, Shangazi Tambi alimwita Jeremia na mkewe. Maradhi yake yakatoweka ghafla, akapata nguvu kama kuku wa kienyeji, alichacharika huku na kule kama ngedere aliyemwona chui porini. Alitoa amri na kuhimiza shughuli zitendeke kwa jinsi Malaika alivyotaka. Malaika alimpatia pesa ya kutosha ili maandalizi yote yafanyike bila shida. "Shangazi Tambi, kuna lolote lile la kukusaidia?" Malaika alitaka pia kupatiwa majukumu. "Hapana, mwanangu. Huna haja ya kutaabika." Shangazi alimtaka asihangaike bali ajibweteke tu juu ya kochi. Kisha alitoka kwenda kwa jirani zake kuwaomba msaada. Akina mama wenzake waliitikia ombi lake, wakaja kusaidia katika shughuli za upishi. Ubwabwa, maharage ya nazi, pilau, ndizi za nyama ya mbuzi na kondoo, biriani pamoja na kachumbari vilikuwa tayari. "Hakuna kula wala kunywa hadi shughuli za mitambiko zikamilike kwanza." Shangazi alitoa amri. Malaika na shangaziye walitangulia kwenda makaburini. Jeremia aliwaambia kuwa wangekutania huko maana palikuwa na jambo fulani la kufanikisha ambalo Malaika hakutakiwa kulifahamu. Walipofika makaburini, kitu cha kwanza Malaika kukiona ilikuwa kaburi la baba yake, huzuni ikautwaa moyo wake, matone ya damu yakautotesha moyo wake. Bila ya kutarajia, shangazi aliitandua kanga aliyokuwa kajigubika kichwani, akabadilika moja kwa moja. Malaika hakumtambua tena maana shangazi yake alikuwa amevalia mavazi ya kimila; gauni la ngozi ya nyati, makubadhi ya ngozi ya kongoni, kichwani alijivika likofia lililotengenezwa kwa ngozi ya mnyama fulani, likanakshiwa kwa shanga za kila aina na rangi. Mambo yalizidi kubadilika, wacheza ngoma, wake kwa waume, watoto kwa watu wazima, walipotokezea ghafla na kumzunguka Malaika. Wote walivalia mavazi ya kijadi, watoto walichorwa michoro ya kupendeza miguuni, nyusoni walipakwa vidoadoa vya chokaa na kuwafanya waitwae taswira ya vitoto vya duma, kisha walitifuka kwa midundo ya ngoma zilizokuwa zikipigwa na akina baba wenye misuli mwili mzima, jasho liliwachuruzika kuanzia utosini hadi unyayoni, nyimbo zilizokuwa zikiimbwa zilikuwa za kilugha, za kishujaa, Malaika hakuambulia hata neno moja maana hakuimudu lugha ya kabila la baba yake. Mara shangaziye akaingia katikati ya mduara na kuanza kutifuka kama mtu aliyepatwa na pepo, macho aliyapeleka mbinguni, mikono ilielekea mbele huku ikitetemeka sawa na mtu aliyepigwa na shoti ya umeme, kifua chake kikavu kilitweta mara juu mara chini kama viwimbi vya bahari, miguuni alivalia njuga zilizokuwa zinatoa mlio mtamu wa harakaharaka. Kufumba na kufumbua, akatokezea mwanamume mtu mzima, akaingia pia kwenye mduara ule huku naye pia akiserebuka na midundo ya ngoma. Alikuwa ameufunika uso wake na fuvu la nyati, kuumeni alikuwa ameshikilia mkuki, ule wa kushoto ulishikilia ngao. Mara akalivua lile fuvu usoni mwake huku akiendelea kukatika na midundo ya ngoma, mabega yalimtetemeka kwa kasi ya ajabu. Njuga miguuni mwake zilitoa sauti kali kushinda njuga za shangazi. Malaika alisisimkwa ghafla, vipele vya baridi viliutambaa mwili mzima, kinywa kilimuachama kwa hamaki maana yule baba alifanana na marehemu baba yake ungedhani walikuwa pacha. Urefu wake ulikuwa kama wa marehemu baba yake, mifupa ya mashavu, ilichomoza kama ya marehemu baba yake. Macho yake yalipokutana na macho ya Malaika, Malaika alitamani kupiga ukunga kwa hofu iliyokuwa inausugua moyo wake. Kwa dakika chache, aliamini kuwa baba yake amefufuka kutoka kuzimu. Yule baba alimwendea Malaika na kumsalimia kwa sauti kama ileile ya marehemu baba yake. “Mimi ni kaka yake baba yako. Naitwa Mzee Mnyamwezi Mirambo, ni baba yako mkubwa.” Malaika hakuwa akifahamu kuwa kumbe baba yake alikuwa pia na kaka, alichokuwa anakifahamu yeye ni kwamba baba yake ana dada wawili tu. Hata hivyo hakupata fursa ya kulidadisi suala lile maana sherehe ya tambiko ilikuwa imepamba moto. Kufumba na kufumbua, Mzee Mnyamwezi Mirambo akaukita mkuki wake pembeni ya Malaika, ukimya wa ajabu ukatawala kote. Wapiga ngoma wakaacha kuzidunda ngoma zao, wakabaki wanamwangalia Mzee Mnyamwezi Mirambo huku wakihema kama wakimbia mbio za masaafa marefu. Watoto, vijana, watu wazima, kila mmoja alisimama ghafla kama miti mikavu iliyokakamazwa na ukame wa jangwa, hata videge vilivyokuwa vikipuruka kutoka mti mmoja hadi mwingine vilitii ukimya ule. Upepo uliokuwa ukipuliza kwa *dahari*, ulikatika ghafla, sauti za wadudu mwituni hazikusikika tena. Mzee Mnyamwezi Mirambo akailaza ngao yake pembeni ya mkuki wake, hatimaye alilikita goti la kulia huku la kushoto likimsaidia asiyumbe, viganja alivigandishia gotini. Wale wapiga ngoma na wengine wote waliohudhuria walikita pia magoti yao. Jua likatoweka ghafla, lilikuwa linafurukutia katikati ya mawingu mazito yaliyokuwa meusi kama kaniki ya mjane. Ghafla, Mzee Mnyamwezi Mirambo aliipaaza sauti yake nzito mithili ya simba angurumiaye nyikani, ilienea kote, ikavuka milima na mabonde, bahari na mito, maziwa na mabwawa, misitu na nyika. Ilisafiri duniani kote. Shangazi akalikita goti lake mara tu Mzee Mnyamwezi Mirambo alipoanza kunena maneno ya kimila. Malaika alitaka pia kulikita lake chini, lakini miguu ilimsaliti, ilimkakamaa ikafanana na nguzo za mpingo. Ni yeye peke yake ndiye aliyekuwa amesimama. Alifanana na malkia. Mzee Mnyamwezi Mirambo akaipaaza tena sauti yake. "Karibu nyumbani. Karibu mtawala wetu mpya. Karibu mama mheshimiwa, Mama Malaika Mirambo. Kuanzia leo, utachukua majukumu yote ya ukoo wetu." Sauti ilipasua majabali na miamba. Baada ya wito ule, sauti ya mpasuko mkali ilisikika. Hakuna aliyejua imetokea wapi na kwa madhumuni gani, lakini Malaika hakujiangusha katika shaka la hofu kama wengine wote kwani aliifahamu sababu ya mpasuko ule. Dakika ileile akatwaliwa na mizimu ya mababu na mabibi zake, akabadilika moja kwa moja, alisimama wima kama mlingoti, kila hatua aliyoipiga ilitoa kishindo cha kuitetemesha dunia. Akawa anaelekea kwenye makaburi ya wahenga wake. Baba yake mkubwa na shangazi yake walimfuata, umati nyuma yao, wakauona ufa mkubwa juu ya kaburi la marehemu bibi yake Malaika, ulikuwa mkubwa kiasi cha kuweza kummeza mtu mzimamzima. Baadhi ya watu waliokuwa wamelizunguka lile kaburi walishikwa na hofu kwa kuhofia kuangukia mule ndani, wakazipiga hatua chache kwa kurudi nyuma. Mzee Mnyamwezi Mirambo aliamuru mnyama achinjwe, kijana mmoja ambaye Malaika hakuwahi kumwona, alitokea huku ameshikilia kamba iliyomvuta mbuzi wa kike, akamchinja akisaidiwa na baadhi ya vijana wengine. Mzee Mnyamwezi Mirambo akachukua usinga na kuuchovya kwenye damu ya yule mnyama iliyokuwa bado mbichi, kisha akamshikisha Malaika ule usinga na kumpa maelekezo yote ya mitambiko. "Upepeze pande zote za dunia: Mashariki, Magharibi, Kaskazini na Kusini. Baada ya hapo, uchovye kwenye maziwa ya mtindi halafu upepeze tena pande zote za dunia. Ukitoka hapo, uchovye kwenye pombe ya mnazi, kisha upepeze tena pande zote za dunia." Malaika alifanya kama alivyoagizwa pasi kusema neno. "Sasa unaweza kukita goti, mwanangu." Mzee Mnyamwezi Mirambo alisema kwa sauti ya utulivu lakini thabiti. Malaika alitii kila elekezo alilopewa. Mzee Mnyamwezi Mirambo akamshika utosi na kumbariki. Shughuli ile iliisha na kila mmoja alirudi alikotokea.

Kesho yake, Malaika na ndugu zake wote walikwenda tena makaburini kuuziba ufa wa kaburi la bibi yake. Walishinda makaburini kutwa nzima, kulekule makaburini walipika, wakala na kunywa. Baba yake mkubwa alichukua fursa ile kumwonyesha shamba lote. Mpakani mwa shamba lake palikuwa na shamba jingine kubwa tu ambalo lilimilikiwa na yule kijana aliyemchinja mbuzi wa kafara siku ya jana. "Huyu kijana ni mtoto wa kwanza wa baba yako." Malaika alibaki kumtazama tu asijue la kufanya. "Naitwa Magugu Mirambo." Yule kijana alijitambulisha.

"Malaika Mirambo." Sauti ya Malaika ilififia alipojitambulisha.

"Nimeshazipata habari zako kutoka kwa baba yetu mkubwa, Mzee Mnyamwezi Mirambo, lakini zaidi nilizipata kutoka kwa shangazi yetu, Shangazi Tambi."

"Nashukuru kuwa tumepata nafasi ya kufahamiana. Mungu akipenda tutazidi kufahamiana." Malaika hakujua afanye nini au aseme nini la msingi. Tabasamu la kibahili lilimtanda usoni. Magugu alimwonyesha kaburi la mama yake. "Huu ndiyo mji wa milele wa marehemu mama yangu. Aliitwa Kinakia Pimbwe.

Alikuwa mke wa kwanza kabisa wa baba yetu. Karibu nyumbani dada, karibu nyumbani, dada Malaika." Malaika alifurahishwa na maneno ya kaka yake wa kambo. Sauti ya Magugu ilifanana na ya Oliver.

"Sasa kwa nini hukuja jana kwenye sherehe za tambiko?" Alidadisi. "Ah, dada, acha tu."

"Ukiwa na maana gani unaposema acha tu?"

"Lile tambiko lilikuwa ni kwa ajili yako tu. Mimi nilitakiwa kumleta yule mbuzi tu, lakini kuhudhuria sikuruhusiwa."

"Nani kasema hukutakiwa kuhudhuria?"

"Mila, desturi na jadi yetu zina masharti magumu sana."

"Nani kakukataza?" Malaika alizidi kudadisi.

"Hakuna aliyenikataza. Mimi nafuata tu masharti na maadili ya mila na desturi zetu."

"Sawa!"

"Cha muhimu ni kwamba, sasa tumekwisha juana."

"Ni kweli kabisa, kaka Magugu."

* * *

Siku zilikimbia haraka kama kimbunga. Malaika alikaa kwa shangazi yake zaidi ya juma moja. Siku ya kuaga ilipoiva, shangazi alianza kulia tena. "Usilie shangazi yangu. Nitajitahidi kuja kila niwezapo. Usilie shangazi yangu." Wakakumbatiana. Ndugu zake wote walikuja kumuaga. Magugu pia alikuja kumuaga. Malaika alimpatia kaka yake wa kambo pesa kidogo za kumsukuma kimaisha.

"Naomba tuwe tukiwasiliana, Magugu."

"Hofu ondoa, dada. Tutawasiliana kila siku." Aliahidi.

"Halafu njoo Arusha tafadhali ili uwafahamu ndugu zako wengine. Wangefurahi kukuona." Alishauri Malaika.

"Usijali, dada, *ahadi ni deni*"

Malaika alizidi kuchangamka. Alitania. "Halafu hata kama hukutaka kunionyesha wifi yangu, naomba msalimie sana." Ndugu wote waliangua kicheko kwani ilikuwa ni kweli.

"Tena ni wa kujifungua wakati wowote." Shangazi Tambi alidakia.

"Sasa mbona umenificha, kaka Magugu?" Walivyoongea ilikuwa kama vile walishafahamiana kwa muda mrefu.

"Hapana, dada, sijamficha. Kwa sasa yupo kwa mama yake kijiji cha jirani. Jioni hii nitakwenda kumwona na kukaa naye hadi kujifungua."

"Ni mtoto wenu wa kwanza, au?"

"Ndiyo, ni mtoto wetu wa kwanza. Tutamwita Mosi."

"Hongera sana, kaka yangu! Basi tuwe tukiwasiliana ili uniambie kama tumepata baba au mama."

"Usijali, *ahadi ni deni*" Malaika alimpatia anwani yake. Kisha alijiandaa kuondoka. Shangazi alizidi kulia. Malaika aliingiwa na wazo zuri jipya. "Unaonaje kama ungekuja Arusha ili tuishi pamoja kama zamani?" Shangazi alipigwa na butwaa, hakuingiwa na wazo lile hata kidogo akilini mwake.

"Basi ongea na mama yako. Akikubali nitakuja mara moja."

"Kwani mama alikufukuza, jamani, Shangazi?"

"Hakunifukuza hata kidogo. Nilikuja kumtunza baba yako mara tu niliposikia kuwa yu mgonjwa."

"Basi wewe njoo tu, shangazi"

"Hapana, haitakuwa heshima mimi kutokezea bila kumwomba mama yako ruhusa. Niliondoka kwa heshima na kama hoja ni kurudi, basi nataka nirudi pia kiheshima. Lazima kwanza wifi yangu aliafiki wazo hili."

"Basi usijali, nikifika tu nitamuuliza, ila sina shaka kuwa hatokukatalia." "Nami pia najua kuwa hatokataa."

Malaika alizidi kumtia moyo. "Ukirudi tena Arusha tutacheka, tutaimba, tutapika na kula pamoja. Tutashirikiana katika hili na lile kama tulivyofanya miaka ya nyuma."

"Wala usijali, mwanangu." Uso wa shangazi ulichanua kama maua bustanini. Akaushika utosi wa Malaika na kumbariki. "Nuru ya amani ikuwakie popote uendako, mwanangu." Kisha aliharakisha kwenda chumbani kumletea doti ya kanga zilizoandikwa *Utarudi lini?* Moyo wa Malaika ulipatwa na shinikizo la huzuni lakini pia uhuisho wa milele.

Alipowasili Dar es Salam, alifikizia kwa shoga yake, Anne. Alimkuta yuko kwenye majukumu mazito ya kuwalea pacha wake waliokuwa bado wachanga. Licha ya kuwa mumewe alimwekea vijakazi viwili, majukumu makuu yalimwelemea yeye mwenyewe. Malaika alipoanza kugusia suala la Ben, Anne alimkata ulimi. Katu hakutaka kujihusisha na habari zile. "Malaika nakuomba niache, shoga. Niache, tafadhali! Habari za Ben sizitaki."

"Una maana gani, shoga?" Tabia ya shoga yake ilizidi kuitesa roho yake.

"Kama unionavyo mwenyewe, nina majukumu makubwa sana. Nimeelemewa na mzigo wa ulezi kiasi kwamba muda wa kuyasikiliza masuala yasiyonihusu, sina.

"Roho inaniuma sana. Laiti ungelijua ninavyoteseka moyoni kwa ajili ya Ben, kweli ungenihurumia na kunisaidia."

"Habari za mchumba wako mimi sizijui na sitaki kuzijua. Niache, Malaika."

"Basi usijali, shoga. Kila mtu na abebe msalaba wake mwenyewe." Malaika hakula wala kunywa bali kujikokota hadi chumbani mwake na kujibwaga kitandani kama gunia la mahindi. Hakuupata usingizi kwani mawazo juu ya mpenzi wake yalitokotea moyoni kama jungu la makande mafigani. Kesho yake, tena asubuhi na mapema, alijiandaa kwenda kazini kwa mpenziwe, akalipanda daladala bila kujali nani ameketi ubavuni mwake. Alipofika, aliarifiwa kuwa Ben yuko mkoani Mtwara kikazi lakini alitarajiwa kurudi siku ya pili yake. Siku iliyofuata, alidamkia kazini kwake. Ben alikuwa amevalia mavazi nadhifu. Alibadilika kabisa, saa yake ya *Omax* ilimwekamweka kwenye mwanga wa jua. Suti yake nyeusi, shati la buluu na tai nyeusi, vilimkaa vizuri ungedhani alikuwa anajiandaa kwenda kufunga ndoa au ungedhani amepewa cheo cha Uwaziri wa Fedha. Malaika alivutiwa, alipendezwa na unadhifu wake. Alibaini kuwa mpenziwe amenawiri kisawa sawa, nyama ya shingo upande wa nyuma, chini ya uchogo, ilituna kama tuta. Ngozi yake nyeusi ilikuwa inanyinyirika kwa afya aliyojaaliwa. Tambo la mwili lilimuongezea sifa na wadhifa, viatu viling'ara kama mabuti ya wanajeshi, soksi alizovaa zilikuwa laini za rangi nyekundu zenye miraba myembamba myeupe.Ben alipenda kupitisha ulimi juu ya meno kuhakikisha yametakata. Hata hivyo, tabia yake dhidi ya Malaika ilikuwa baridi kama nyama iliyotolewa ndani ya jokofu. Hakupumbazwa sembuse kuvutiwa na uwepo wa mpenziwe, alimlaki kijuu juu tu. "Habari Malaika." Sauti iliishia kooni, utulivu katika sauti yake ulikuwa kama dimbwi usilolijua kina chake.

"Ben! Ben!" Malaika hakujua afanye nini, aseme nini.

"Habari yako, *dada*."

"Ben jamani! Mbona unaniita dada, umesahau mimi ni nani? Ni Malaika, mpenzi wako!" Alijitahidi kutabasamu akidhani kuwa pengine ni kweli mpenziwe kamsahau.

"Habari za masiku, je, masomo yanaendeleaje?"

"Ben! Ben, jamani!" Butwaa lilimpata.

"Mbona unarudiarudia kutaja jina langu ilhali nimesimama hapa mbele yako, una shida gani, *dada?*"

"Ee Mungu wangu, Ben! Hivi ni wewe kweli, Ben wangu, mpenzi wangu?"

"Nadhani twende kwanza ofisini kwangu ili tusiwasumbue wafanyakazi wengine." Walipoingia ofisini mwake, alitarajia kuwa mpenziwe angemrukia na kumkumbatia, ampatie mabusu motomoto. Haikuwa vile, Ben alikuwa baridi kihisia na kimatendo. Alionyesha wazi kuwa hakufurahishwa na ziara yake. Malaika alipojaribu kumkumbatia, Ben alimpa mkono tu. "Umekuja lini, lini utategemea kurudi Ulaya?" Swali la mwisho liliukaanga moyo wa Malaika. "Nimerudi nyumbani, Ben, nimehitimu masomo yangu na nimefaulu vizuri, nikaona nisipoteze muda. Nimerudi ili tutimize mipango yetu. Ndoa yetu, Ben, au umesahau?" Alijitahidi kutabasamu, lakini moyo wake ulikuwa umenyong'onyezwa moja kwa moja na tabia ya mpenziwe. Alipoangaza mule ofisini, alivutiwa na ufahari wake, ofisi ya mpenziwe ilikuwa kubwa, mafaili yalimzunguka, chupa mbili za chai na vikombe vya chai, glasi za maji na vinywaji mbalimbali viliipamba ile meza ya mkutano. Gudulia kubwa lenye maua freshi ya kila aina na rangi yalipalilia uzuri wa ofisi yake. "Nitakutafuta nitokapo kazini." Malaika akamuuliza swali moja gumu sana. "Yawaje ulikata mawasiliano ghafla, kwa nini ulinifanyia hivyo, Ben ilhali ulijua fika kuwa umenikwaza?"

"Masuala ya kibinafsi si hapa kazini, tafadhali. Nitakutafuta pindi nitokapo kazini." Malaika hakumjali. "Naomba nijibu kwanza swali langu ndipo niondoke. Nimekuwa nikiwaandikia barua wazazi wako kukuulizia, dada na kaka zako pia nimewaandikia, hata rafiki yangu, Anne nilimwandikia, lakini hakuna hata mmoja katika hawa amewahi kunipatia jibu. Hivi kuna nini, Ben? Naomba usinifiche. Niambie papahapa."

"Naomba elewa nililokwambia, Malaika. Nitakutafuta nimalizapo kazi."

"Siondoki bila ya kupata jibu!" Alivimba. Bila ya kuchelea, alikagua vidole vya mpenzi wake ili aone kama kavaa pete ya ndoa. Kwa bahati nzuri haikuwa vile, moyo ukapata faraja ya kiasi.

"Malaika mpenzi, tutaongea zaidi nikitoka kazini. Haya ni masuala binafsi, kazini si mahala pake, sawa?" Sauti ilikuwa laini ila yenye msisitizo mkali.

"Niambie basi kule ilipo nyumba yetu ili nikakusubirie kule. Tena ukija, utakuta nimekwisha pika tayari. Nipe ufunguo!" Akaukinga mkono wake. Alipoubaini wasiwasi wa mpenziwe, alihisi kitu, akajikuta ameangukia katika shaka na wasiwasi, hakuwa tena na mashaka kuwa mpenziwe kapata msichana mwingine. Moyo ukaikumbuka ile methali ya, *asiyekuwepo na lake halipo.*

"Kwani umefikia kwa nani au wapi?"

"Kwa Anne." Jibu lilikuwa la mkato.

"Basi nikitoka kazini nitakuja huko." Alimwahidi.

"Kwa hiyo ina maana unafahamu anapoishi?" Alidadisi.

"Ndiyo, nitakuja baada ya kazi." Sauti ilimhimiza kidiplomasia aondoke.

"Mbona Anne amedai kuwa hamjakutana kwa miaka mingi?"

"Ni kweli. Mara ya mwisho mimi kufika kwake ni zaidi ya nusu mwaka."

"Lakini yawaje basi hutaki niende kukusubiria kwenye nyumba yetu ilhali ulisema kuwa umejenga?"

"Hapana, *dada.* Nitakuja kwa Anne, sawa?" Alitupia jicho saa yake ya gharama. "Nina mkutano dakika chache zijazo."

"Unaniumiza roho yangu, Ben. Sikutambui tena. Unaniita dada, umekuwa wa baridi kama samaki mbichi."

"Baadaye basi." Alimwaga pasi kutilia maanani aliyoyanena mpenziwe, akaushika mlango ili Malaika atoke.

"Umenidhalilisha sana, Ben. Hunithamini tena."

"Sikuelewi." Akaufunga mlango, kisha alikitoa kitambaa chake cha mkono kulipangusa jasho jembamba lililokuwa linamchuruzika. Kisha, akalivua koti lake maana mgongo wote ulikuwa chapwachapwa kwa jasho. Shati lake lilinatia mgongoni kwa majasho yaliyokuwa yanamtoka, akaketi kitini huku visukusuku amevikita mezani, viganja vimekumbatia kipaji chake. Mawazo kadha wa kadha yalikuwa yanamshambulia akili kama ndege za vita zishambuliavo mji wa adui. Malaika alibaki amesimama pale mlangoni huku amekodoa tu, yeye pia alikuwa anashambuliwa na maswali pasipo kuyapatia jawabu, hatimaye akaondoka kwa kuchapuka lakini hakuzihisi tena hatua zake. Sekretari wa Ben alimuaga kwa sauti nyepesi, lakini Malaika hakunukuu chochote, alimpita kama mtu aipitavyo nguzo ya umeme, moyoni alikuwa anavuja damu, penzi lake kwa Ben lilikuwa kama kikaango kilichokuwa kinaukaanga moyo wake. Aliumia. Aliteseka. Alijuta. Hata hivyo, alifurahi sana kuwa amemkuta yu mzima wa afya. Alipofika kwa Anne, alimwangukia na maneno ya shutuma. "Lazima utakuwa unajua habari za Ben, lakini unanificha tu!"

"Unanionea bure tu, shoga, sina nijualo."

"Nilidhani sisi ni chanda na pete, rafiki wa kufa na kuzikana?"

"Hata sikuelewi, Malaika."

"Au usikute nimekuwa nikijihadaa mwenyewe miaka yote hii kuwa sisi ni wa kufa na kuzikana?"

"Basi naomba nisikilize, tena kwa umakini tu." Alipumua kwa kishindo kabla hajaufungua moyo.

"Langu sikio nimeshalitega tayari, alijiwahisha kitini na kujibweteka." Roho ilitwetwa kama ya swala aliyezingirwa na kundi la simba.

"Ni hivi, maisha ya mchumba wako mimi hayanihusu. Sitaki kushirikishwa kwa lolote na huyu mpenzi woko, maana hata mimi kaniudhi mno."

"Una maana gani unaposema, wewe pia kakuudhi?" Mapigo ya moyo yalidundia hadi ulimini kwa hofu.

"Kuna ile methali isemayo, *fimbo ya mbali haiuwi nyoka,* na nyingine inasema, *asiyekuwepo na lake halipo.*"

"Mbona hata sikuelewi, Anne jamani!" Moyo ulitweta hadi kuhisi kukosa pumzi ya kutosha, jasho jembamba lilichuruzikia mgongoni na hatimaye kuingia msambani. "Usiongee kwa mafumbo bali weka mambo wazi ili niondokwe na donda la moyo."

"Mimi ningekushauri ukapumzike kwanza, maana umechoka. Ukiamka, naamini Ben atakuwa amesha wasili."

"Ni kweli nimechoka sana, lakini sidhani kama nitaupata huo usingizi maana roho haitaki kabisa."

"Si kasema atakuja? Basi, akija mtamalizana wenyewe."

"Roho inanivuja damu, hisia fulani inaniambia kuwa kapata bibi mwingine tayari."

Anne hakumjali. "Nyumba yangu ni kubwa ya kutosha. Ben akitaka anaweza hata kulala ili muongelee mambo yenu kwa marefu na mapana, mimi sina shida kabisa." Malaika alikwenda chumbani na kujibwaga kichalichali. Macho aliyaelekeza darini huku akili imemvurugika moja kwa moja, mawazo, maswali, majuto na hofu vilitembea akilini mwake kama vile alikuwa anaangalia mkanda wa filamu. Alikumbuka jinsi Ben alivyokuwa akimwandikia baruapepe motomoto zilizomwahidi penzi lake lote. Machozi ya moto, ya majonzi, ya machungu, ya majuto, yalimchuruzika pasi kujitambua, yaliteremkia masikioni hadi juu ya mto. Tumbo lilitoa sauti kama maporomoko ya maji, njaa ilikuwa ikimnyukua ila hamu ya kula ilimkimbia kama kongoni amkimbiavyo fisi. Alitamani Mungu azirudishe siku nyuma ili aghairi safari ya kwenda Ulaya, halafu aishi na Ben wake, wafunge ndoa, wazae watoto, wawalee pamoja. Ben alikuwa kila kitu kwake; maisha yake, roho yake, na uhai wake.

Anne alikuja na sahani ya ndizi za nyama. "Kula, shoga. Kula utie nguvu. Vumilia, shoga yangu, ndiyo ukubwa huo!"

"Jana mumeo hakurudi nyumbani, yupo safarini kikazi?" Alidadisi kwa sauti ya kufifia.

"Ah, hivi sijakwambia? Yuko Unguja kikazi, atarudi mwisho wa juma. Tena amepiga nusu saa iliyopita, anakusalimu sana. Amesema usiondoke ili akukute, mfahamiane."

"Sidhani kama nitakaa muda mrefu, natakiwa kuripoti kazini muda si mrefu."

"Umesha pata kazi tayari, Malaika? Si umerudi juzijuzi tu we msichana, yawaje tayari umesha pata ajira?" Alimaka kwa furaha.

"Jombi amenitafutia ajira palepale kazini kwake."

"Heri yako mwaya. Kazi katika Umoja wa Mataifa ni kazi nzuri sana. Umeukata shoga yangu maana nasikia wanalipa mshahara wa kifalme."

"Mimi na Ben tulipanga na kupatana kuwa niende Ulaya kusoma ili nikirudi nipate kazi ya maana itakayotutunza sote wawili. Kadhalika, tulipatana kuwa tungefunga ndoa mara tu nirudipo nchini, tulikuwa na mipango ya kuanzisha familia yetu wenyewe."

"Nakusikiliza, shoga."

"Aliniandikia akasema ameshanunua kiwanja tayari na anakusanya pesa za shughuli za ujenzi." Alisema sentensi ile ili ampime shoga yake.

"Mbona Ben kesha jenga tayari, tena kajenga jumba kubwa tu la kifahari!" Alipoigotesha sentensi ile, alipachika kiganja kinywani na kumaka. Hakutakiwa kutoboa siri ile, hakutakiwa kusema chochote kisichomhusu. "Hapana Malaika, Ben yupo njiani, mtamalizana wenyewe akija." Alinyanyuka na kurudi ukumbini kwa kuchapuka. Malaika alikila chakula chake bila kukifurahia ladha yake, vipande vya nyama alivimeza vizimavizima bila ya kujali kuwa pengine vingemkaba. Hakujali kitu chochote tena, hata mauti hakuyaogopa tena kwani Ben alikwisha mvuruga akili tayari.

* * *

Sauti ya Ben ilikuwa nzito na ya kibosi mara tu alipoingia ndani. Anne alimpokea na kumletea bia na glasi. "Umepotea, Ben. Huonekani kabisa siku hizi. Mwana mpotevu wewe!" Alimtania.

"Kazi, dada, nimebanwa huwezi kuamini." Alitabasamu kibahili bahili.

Malaika alitulia tu kwenye kochi huku amemkazia macho mpenziwe. Alitamani kumtia machoni maisha yake yote. Alimpenda, lakini papo hapo pia alifadhaishwa na tabia yake iliyokuwa na ubaridi wa barafu. Baada ya kula chakula alichotengewa na Anne, alimshukuru.

"Chakula kilikuwa kitamu sana."

"Je, nikuongeze?"

"Hapana, nimetosheka tayari. Ahsante sana."

"Karibu."

"Natumai kuwa nyote mu wazima wa afya."

"Tunamshukuru Mungu."

"Vizuri sana."

Anne akabadilisha mada palepale. "Malaika kaja kwa ajili yako, huna hamu naye?" Alitabasamu kwa jamu.

"Nafahamu hili." Jibu lilikuwa la mkato.

"Ukipenda, unaweza kulala hapa kwangu ili mpate muda wa kuyazungumzia masuala yenu." Anne alisubiri jibu la Ben kwa hamu.

"Mmm!"

"Mbona umeguna, Ben?"

"Kwa sababu sikulitegemea swali lako."

"Hakika Malaika angefurahi kama ungelala leo." Kabla Ben hajampatia jibu, Anne aliendelea kumdondoshea asali ulimini,

"Nyumba yangu kubwa ya kutosha. Na kama huna pajama nitakuazima za mume wangu." Aliendelea kumtania, "Yeye pia ana tambo la mwili kama hili lako, ana kitambi cha bia kama hiki chako." Tabasamu lilikuwa la kibahili.

"Usijali, Anne." Yeye pia alitabasamu kibahili.

"Sasa utalala au la? Uniambiapo *usijali,* nashindwa kuelewa una maana gani." Alitaka kupewa jibu la uhakika.

"Sawa."

"Kwa hiyo utalala. We Ben, mbona hunipi jibu la uhakika?"

"Ndiyo nitalala, nakushukuru kwa *takrima* yako." Jibu lilitokea tumboni, si moyoni.

Walipokuwa chumbani wenyewe, Ben hakumficha mpenziwe hata neno moja. Malaika alipigwa na butwaa lisilo kifani pale mpenziwe alipomwambia kuwa hakuwa tu na mke wa ndoa bali pia kimada. Mke wa ndoa aliitwa Jenifa Mushi, na kimada aliitwa Katarina.

"Jamani, Ben!"

"Nisamehe, Malaika, nisamehe."

"Endelea kunifahamisha, nieleze kila kitu. Nakusikiliza." Kila alilotamka mpenziwe lilikuwa kama kisu butu kilichokuwa kinaukata kata moyo wake bila huruma.

"Basi ngoja nikwambie kila kitu ili ujue kila kitu kwanza. Najua nimefanya makosa makubwa sana, na ninataka kuyaeleza yote ili usiyasikie kutoka kwa watu wengine." Malaika alibaki kumwangalia tu huku matone ya damu yakizidi kutapakaa kwenye moyo wake.

"Uhusiano wangu na Katarina kila mtu anaufahamu, si kazini, si mtaani, wote wanafahamu kuwa nina mke wa ndoa lakini pia nina kimada."

"Inawezekanaje mtu kuwa na wake wawili kwa wakati mmoja?"

"Katarina ni mama Mwingereza. Nilikutana naye *Internet Cafe* ambako nilikuwa nikikutumia baruapepe miaka miwili iliyopita."

"Halafu?"

"Nilikuwa kwenye harakati ya kukutumia baruapepe lakini kompyuta ilileta mushkeli kidogo, Katarina akaja kunisaidia maana hiyo *Internet Cafe* ni yake."

"Ama hakika, *mkamia maji hayanywi.*" Malaika alibaki kujisemea mwenyewe, mvuke wa hasira ulimtoka kinywani akatamani kuwaendea hao wanawake wake, awaangamize.

"Nisamehe, Malaika. Nisamehe sana kwa haya yote."

"Ben jamani, mbona umenikatili roho kiasi hiki?" Alibaki kulalama tu. "Ungejua ni kwa kiasi gani nilikuamini, lakini sasa imani yangu kwako imevunjika kama sahani ya udongo sakafuni." Ben hakujua aseme nini, kichwa kilibaki kuning'inia kama embe dodo bivu lililokaribia kudondoka ardhini. "Hao wanawake zako wanafahamiana kweli?" Alidadisi Malaika kwa sauti iliyojawa wivu.

"Naam, wanafahamiana." Sauti iliishia tumboni.

"Lakini kufahamiana si kuelewana, au una maana gani ?"

"Wanaelewana pia. Katarina huwa anakuja kumchukua Warida kila Jumamosi."

"Warida ndio nani?"

"Ni binti yangu."

"Kwa hiyo hata mtoto umeshapata tayari, Ben?" Sauti ilijawa simanzi na wivu kwa wakati mmoja. Ben alipachika vitanga usoni huku visukusuku vimetulia mapajani. "Hao wanawake zako wanakupenda kweli kama nikupendavyo mimi, Ben?" Machozi yalimlenga.

"Malaika, tafadhali wacha kuuliza maswali ya kunitesa roho."

"Kama maneno yangu yanakutesa roho, mimi nisemeje, Ben! Unanitesa kwa maneno na kwa vitendo. Umenisaliti kupita kiasi." Jazba isiyo kifani ilitukusia kifuani mwake.

"Sijui hata niseme nini, *mpenzi wangu.*"

"Naomba usiniite tena *mpenzi wangu*!" Alifoka kwa sauti ya chini. "Hujui ni kwa kiasi gani umeiumiza roho yangu. Mipango yetu yote, ahadi zetu zote, zimeishia hewani." Machozi yakawa yanambubujika kama maji ya mfereji. Ben alimsogelea kujaribu kumtuliza. Malaika alisimama na kurukia kiti kingine, hakutaka kusogelewa.

"Najua hutaliamini hili nitakalokwambia, lakini mimi pia naumia sana roho kufahamu kuwa nimekusaliti, na nina hofu kubwa sana kuwa hutonitaka tena." Sentensi yake ya mwisho ilizidi kuuchoma moyo wa Malaika.

"Kwani nani kati yetu amemsaliti mwenziye? Nijibu nakuomba!" Macho yaliyo mekundu yalimtoka.

"Malaika, mpenzi. Sitaki kuishi bila wewe." Alinyenyekea.

"Kama ni kweli haya uyanenayo, yawaje basi umenicheza shere? Kwa nini hukuvumilia kama nilivyovumilia mimi, kwa nini umeivunja ahadi yetu, kwa nini hukunisubiri hadi nirudi, Ben? Si tuliahidiana kuwa tusubiriane, kisha tufunge ndoa, tuzae watoto wetu, tuwalee pamoja?" Ben alikuwa mwingi wa simanzi.

"Machozi yako ya mamba wapelekee wanawake zako! Hayanitishi wala hayanitikisi." Alisema Malaika kwa sauti ya ukali.

"Ngoja nikwambie kitu, Malaika." Alinyenyekea.

"Naomba ondoka! Amka na ondoka kama ulivyokuja. Umesha niambia mengi ya kutosha."

Ben hakumjali. "Huwezi amini nikikwambia kuwa wewe ndiyo chaguo la roho yangu."

"Ben, naomba usinipandishe maruhani yangu, ondoka nimekwambia!" Alionya kwa sauti kali ya chinichini.

"Najua nimekuumiza roho kupita kiasi, lakini nifanyeje sasa? Niambie la kufanya na nitatii mara moja."

"Ben naomba nyanyuka na ondoka kwa amani."

"Malaika, naomba nipe nafasi nikueleze la moyoni."

"Ben, wewe ni mume wa mtu hivyo naomba tuheshimiane."

"Nipe nafasi hii tu, basi."

"Ehe! Nakusikiliza." Alisema kwa mkato.

"Najua na naelewa vizuri sana kuwa hutonisamehe maishani mwako. Lakini hili moja elewa, katika maisha yangu yote, wewe utabaki kuwa chaguo la moyo wangu." Malaika hakumjibu, hasira ilimpanda kiasi cha kuhisi pumzi ya moto ikitoka puani.

"Naomba ondoka, Ben!"

"Kama kuna mtu ambaye angethubutu kuudhi nafsi yako, basi mimi nisingelikubali hata kuwa mtu wa mwisho kufanya hivyo."

"Toa porojo zako! Umesha niudhi mara ngapi? Naomba ondoka ili roho yangu ipate faraja." Alisema akiwa na uso wa ghadhabu. Ben alitii amri, alinyanyuka na kutoka. Malaika akajibwaga kitandani na kulia kama kasichana kalikopata habari za kifo cha mama yake mzazi, alikaa pale kitandani huku akiyasaga meno, kucha ziliparura ngozi ya kichwa ungedhani amepata chawa wa ghafla.

Sura ya 15

Kisebusebu na Kiroho Papo

Malaika hakutaka kupoteza muda jijini Dar es salam. Kulipopambazuka tu, alipanda basi kurudi Arusha, kazini. Kwa kuwa ilikuwa ni ajira mpya na ngeni kwake, alihitaji muda wa kutosha wa kuizoea na kuimudu. Alifanya kazi ofisi moja na Jombi wake japo, hakulifurahia jambo lile kwani Jombi alichunguza kila hatua aliyopiga. Hata hivyo, mjomba wake alikuwa msaada mkubwa kwake miezi ya mwanzo kwani alimfundisha kila kitu japo kwa mkono wa mkoloni. Mbele ya kazi, Jombi hakujali cha udugu wala cha urafiki, kwake ilikuwa muhimu mtu kuimudu kazi, kushindwa kutimiza matakwa ya kazi, alisema waziwazi, "Utasimamishwa kazi wachukuliwe wengine." Baada ya kazi, Jombi alimshauri abaki ofisi ili ajiandae na majukumu ya siku iliyofuata. Kwa mtindo ule, Malaika hakupata muda wake mwenyewe, alirudi nyumbani machweo akiwa amejichokea kama kihongwe. Kesho yake, alirauka ili asichelewe kuripoti kazini. "Kitu ambacho sitakisamehe ni kuripoti kazini ukiwa umechelewa." Jombi hakuchoka kumkumbusha.

"Nimekuelewa, ila usafiri wetu si unaujua mwenyewe, Jombi?"

"Hii si sababu ya kuchelewa kuripoti kazini, Malaika."

"Ni sababu ya kueleweka, Jombi."

"Basi hamia mjini ili uwahi kazini."

"Bei za nyumba mjini hazishikiki."

"Mshahara unaopokea unakuruhusu kuchukua nyumba mjini, acha ubahili, Malaika."

"Nachanga ili nijenge."

"Kujenga utajenga. Usihofu. Ila marufuku kuchelewa kuripoti kazini. Hili hapana. Sitalivumilia."

"Jombi jamani!"

"Baadhi ya wafanyakazi imebidi wasimamishwe kazi kufuatia hulka yao ya kuchelewa kuripoti kazini"

"Ni akina nani hao?"

"Hatutaji majina ya wafanyakazi ambao tayari wamesha futwa kazi. Walikuwa watatu."

"Ni changamoto kubwa sana."

"Hapa Umoja wa Mataifa kuna mawili, unachapa kazi au unachapa lapa kurudi kwenu."

"Sawasawa. Nimekuelewa, Jombi."

"Huwezi kuchezea nafasi nzuri ya kazi kama hii. Juu ya hili, kumbuka kuwa unatakiwa kunirudishia nusu ya pesa niliyokusomeshea ng'ambo. Hii pesa lazima unifidie. Tulipatana, tena kimaandishi. Ukasaini. Nikasaini."

"Nakumbuka kila kitu, Jombi."

"Basi, kazi kwako."

* * *

Ben hakuchoka kumwandikia Malaika baruapepe, tena kila siku. Malaika hakumjibu kwani alishakata shauri kuangalia mbele. Ghasia ya Ben ilipopita mipaka, Malaika alimjibu kwa kumwambia kuwa anaomba asimsumbue kwani yeye ni mume wa watu tayari. Lakini Ben hakukata tamaa, hakuchoka kumwomba amwie radhi na alikuwa tayari kufanya lolote ili amsamehe. Malaika akamjibu kuwa hana kinyongo naye lakini kuhusu suala la kurudiana, hilo alifutilie mbali kwani chombo kimesha kwenda mrama tayari. Ben aliendelea kung'ang'ania kama sumaku kwenye sindano, aliomba apewe nafasi nyingine amhakikishie penzi lake. Majibu ya Malaika yalikuwa ya kukatisha tamaa kwani alikuwa bado anakereketwa moyo kufutia usaliti wake, "Umenikatili mwenyewe, penzi lako ukaamua kulipeleka kwingine. Ulikuwa ni uamuzi wako, nami sina budi kuuheshimu."

"Unaitesa roho yangu, Malaika."

"Koma!"

Baada ya miaka miwili ya kufanya kazi Umoja wa Mataifa, mkataba ulimalizika. Malaika sasa alikuwa huru kutafuta ajira nyingine. Ila Jombi hakutaka aondoke.

"Andika barua ya maombi ya kuongezewa muda wa kazi."

"Watakubali kweli?"

"Umeonyesha bidii ya kazi, kila mtu anafahamu hili. Hivyo nina matumaini kuwa utaongezewa muda." Jombi aliichonga ile barua mwenyewe, Malaika alitakiwa kusaini tu. Haukuchukua hata mwezi, aliitwa tena kazini. Aliongezewa muda wa mwaka na nusu. Lakini baruapepe za Ben hazikumpa nafasi ya kufurahia ajira yake, zilimwandama kila siku.

"Naomba tukutane ili nikueleze nililo nalo moyoni."

"Ulilo nalo moyoni nenda kawaeleze wakezo. Mimi sihusiki."

"Basi naomba nije nikuone tu. Ni zaidi ya miaka mitatu sasa tangu nikutie jichoni kwa mara ya mwisho."

"Sina haja wala sababu ya kukutana nawe. Tafadhali heshimu uamuzi wangu."

"Kwani kukuona pia ni kosa, Malaika?"

"Koma, koma, Ben!" Kadiri alivyojitahidi kumsahau mpenziwe, ndivyo roho ilivyozidi kutamka jina la Ben kila siku, alimjia pia ndotoni kumtaka warudiane. *Kisebusebu na kiroho papo,* kikaanza kuimeng'enyua roho yake. Ben hakuchoka kumwandikia kwa kusudi lilelile la kumwomba warudiane.

"Nitakuja chapu na ndege, nikuone tu kisha nirudi leo hiihii."

"Hapana, Ben. Sihitaji ziara yako hata moja." Alimkatalia kwa mikuki na mapanga.

Bila ya kutarajia, Malaika alipokea simu kutoka kwa mwalimu wake wa Chuo Kikuu kutoka Ughaibuni.

"Kuna kazi nzuri sana imetoka leo hiihii."

"Shikamoo mwalimu, za siku?"

"Muda wa kusalimiana si huu, Malaika. Kuna kazi nzuri sana imetoka sasa hivi."

"Kazi gani hiyo, mwalimu?"

"Ni ajira nzuri sana."

"Niambie basi kwanza ili niisikie, mwalimu." Alitabasamu kila aliposikia sauti ya pupa ya mwalimu wake.

"Tawi la Umoja wa Mataifa mjini Bonn, papahapa Ujerumani, wanatafuta hakimu wa kike kutoka Afrika."

"Kila mtu si atakuwa anaiwania hiyo nafasi?"

"Ziko nafasi sita. Nina hakika utabahatika kushikilia moja ya hizo."

"Lakini mimi huku nilipo tayari nina kazi, tena nzuri tu. Tena ni katika ofisi ya Umoja wa Mataifa pia."

"Hii inalipa vizuri zaidi."

"Umejuaje."

"We niamini tu. Njoo."

"Mbona pupa hivi, mwalimu, au kuna jingine nisilolijua?

"Namfahamu bosi wa tawi hili na amesema tuma tu maombi, lakini jiandae na safari maana nafahamu kuwa utaipata."

"Mwalimu jamani!" Alicheka.

"Usiniangushe."

"Nitatuma maombi."

Baada ya hapo, alikwenda moja kwa moja ofisini kwa Jombi kumweleza kuhusu simu ile.

"Tena shukuru sana kuwa mwalimu wako amejitoa muhanga kwa ajili yako."

"Lakini si nimeongezewa mkataba wa kazi juzijuzi tu. Jombi! Siwezi kuondoka ghafla namna hii."

"Kazi ikipatikana kule Ulaya, utaondoka. Masuala mengine yoote niachie mimi."

"Lakini sikutaka kuondoka tena nchini."

"Maisha ni magumu sana. Hivyo usichezee nafasi yoyote ile ya kazi." Jicho lilikuwa kali kama la duma. "Utaondoka nafasi ikipatikana." Alipepeza mkono hewani. "Halafu naomba tusijibizane. Rudi ofisini kwako!" Mwezi uliofuatia, alipokea barua ya wito wa kazi. "Kesho kutwa nitakupandisha mwenyewe ndege. Tiketi pia nitakukatia." Jombi aliongea kwa sauti ya mkazo.

"Jombi jamani, nitaondoka baada ya majuma mawili. Muda bado ninao."

"Utaondoka kesho kutwa! Naomba tusijibizane. Nimekusomesha ili uje upate kazi kama hii, ili uje usaidie wengine."

"Nakuelewa, Jombi." Aliufyata palepale.

Jombi alimkumbusha kuhusu jambo muhimu, "Na kumbuka kuwa bado nakudai nusu ya pesa niliyokusomeshea." Alitabasamu kibahili.

"Haiwezi kuwa nusu Jombi, imebaki robo tu. Au nimekosea." Alitabasamu pia.

"Riba pia inabidi ulipe." Zamu hii alicheka.

"Daa, ama hakika pesa hainuki." Walicheka kwa pamoja.

Ben alipopata habari ya kuondoka kwa Malaika, alichanganyikiwa.

"Najua hutorudi tena kwani huna sababu ya kufanya hivyo." Waraka ule wa baruapepe aliuandika kwa pupa kwani maneno mengine hayakukaa vizuri kisarufi.

"Nirudi au nisirudi, halikuhusu, Ben. Licha ya hili, Afrika ni nyumbani. Hivyo mimi kurudi ni faradhi."

"Utakuwa ukija kusalimia tu. Najua. Nahisi. Na naamini."

"Vyovyote itakavyokuwa, hayakuhusu."

"Najua hutorudi tena kwa sababu nimeikwaza sana roho yako."

"Hayakuhusu, Ben."

"Labda kwa upande wako, ila kwa upande wangu bado nateseka sana. Najuta."

"*Majuto ni mjukuu*, hukujua hilo?"

"Unaondoka lini?"

Malaika alimtajia bila ya kudhani kuwa Ben angekwenda uwanja wa ndege kumtakia safari njema. Alitua na ndege ambayo aliondoka nayo tena baada ya saa mbili.

"Nimekuja kukutakia safari njema, Malaika."

"Nawe nakutakia maisha na kazi njema, lakini hukutakiwa kuingia gharama kutoka Dar hadi huku Arusha kwa ajili yangu tu."

"Kwa ajili yako niko tayari kutolewa dhabihu. Nisamehe kwa kila nililokukosea. Haikuwa haki yako kuteseka kupitia maovu yangu."

"Kuwa baba mwema kwa binti yako, Warida. Na kuwa mume mwema kwa wakezo."

Muda wa kuondoka uliwasili, ndege iliponyanyua matairi na kuiacha ardhi ya Afrika, Malaika alitamani kuupiga ukunga, alitamani kumwamuru rubani atue kwanza ili ateremke kwani moyo wake ulibaki kwa Ben.

Sura ya 16

Haina Tabibu Ndwele ya Mapenzi

Huko ughaibuni, Malaika alichapa kazi vizuri. Alikuwa mfano wa kuigwa. Uzembe kazini haikuwa sifa yake. Safari za hapa na pale hazikwisha. Alikutana na watu kutoka mataifa mbalimbali. Ziara zile zilimpunguzia mawazo. Baada ya muda mfupi, alifahamiana na Lars. Wakaelewana kama chanda na pete. Ndoa yao ilibidi ifungwe chapuchapu kwani alikuwa mja mzito tayari. Binti yao, Lisa, alipozaliwa, maisha yake yalijitosheleza. Hakutaka kitu kingine zaidi ya binti yake, mume wake na kazi yake tu. Hata hivyo, majukumu ya ulezi yalianza kumwelemea baada ya Lars kupata ajira iliyomhitaji siku nzima.

"Kama wewe unaweza kufanya kazi yenye mshahara mnono, mimi pia nimepata ajira nzuri tu." Lars alijisikia duni kuona mkewe analipwa mshahara mkubwa wakati yeye muda wote amebaki nyumbani kumlea binti yao.

"Kwani kumeharibika kitu gani mimi kulipwa vizuri?"

"Hakujaharibika kitu chochote, ila mimi pia nimepata kazi yenye tija kubwa, japo hailingani na kipato chako cha kimataifa."

"Kwa hiyo tunashindana au siyo?"

"Hatushindani. Nilikuwa nakufahamisha tu."

"Sasa nani atabaki na Lisa? Kumbuka tulipatana kuwa asiende shule ya vidudu ya siku nzima kwa sababu wewe ungemtunza."

"Hata mimi pia sijui. Itabidi ubadilishe kazi."

"Eti nini, Lars? Hii kazi ni ya kimataifa, inatulisha, imetupatia nyumba kubwa maeneo mazuri, gari nimekununulia, nimeyakidhi matamanio yako yote ya moyoni, chochote ulichokitaka nimekununulia. Mbona umebadilika ghafla namna hii?"

"Sema utakalo, amua utakalo, lakini siwezi tena kubaki nyumbani."

"Ibilisi gani kaikumbatia akili yako ghafla namna hii, Lars mume wangu?"

"Hakuna kikubwa zaidi ya kwamba mimi pia, nimepata ajira yangu mwenyewe. Ni hilo tu."

"Lakini kazi yangu si inatutosheleza kabisa. Pesa siyo shida hata kidogo."

"Mwanamume halishwi, mwanamume hujitafutia mwenyewe!" Alisema akiwa yu mwingi wa jazba ya chinichini.

"Kumbe wako ni wivu tu!"

"Kama unadai kuwa ni wivu, hewala, vyovyote utakavyodhani, haitonibadili mwelekeo."

Majukumu ya ulezi pamoja na ajira yake vilimwelemea Malaika kama jinamizi kwenye roho ya mwana mchanga. Mumewe hakujali tena, mara nyingine hata nyumbani hakurudi kwa kudai kuwa alikuwa safarini kikazi. Ndoa yao ikawa si ndoa tena, bali ndoano. Malumbano ndani ya nyumba hayakwisha, penzi lile motomoto likaanza kuchujuka siku baada ya siku. Walipobaini kuwa hawakuwa tena chanda na pete, Lars alipangisha chumba chake mwenyewe, hakurudi tena. Hatimaye ndoa yao ilivunjika kisheria. Uhusiano kati ya Malaika na wakwe zake pia ulichujuka. Kwa bahati nzuri, uhusiano wake na wifi yake, Suzana, ulikuwa mzuri kupita kiasi. Suzana alimwekea kifua na kukubali kumlea Lisa wakati Malaika amekwenda kazini. Akawa anakuja kulala nyumbani kwa Malaika pindi Malaika awapo safarini kikazi. Baada ya miaka miwili, alipata likizo ya mwezi na nusu, akamchukua binti yake wakasafiri kwenda Afrika kwa ndugu zake ili wamwone

Lisa. Ben alipozipata fununu kuwa Malaika ameingia nchini, alimtafuta kwa udi na uvumba, akafunga safari hadi alipoishi Malaika, akawa anakula doria ili amwone. Siku mzima alikuwa akipita pita nje ya nyumba ya mama yake Malaika, siku ya pili yake, alimwona kijana mdogo anaelekea dukani, akamfuata na kumsemesha, kijana yule aliitwa Tumaini, mtoto wa dada yake Malaika, Jeni.

"Mama mdogo na binti yake wamekwenda mbuga za wanyama kubarizi." Alisema Tumaini kwa sauti ya upole huku akimnukuu Ben.

"Mbuga gani?"

"Wako Ngorongoro kwa sasa, wakitoka hapo wataelekea Serengeti." "Kwa muda gani?"

"Hata sijui vizuri."

"Aliondoka lini?"

"Ni juma sasa tangu waondoke."

Alitabasamu kwa jamu. "Nakushukuru kwa kunitaarifu, bwana mdogo." Alisiriba kidogo kichwa chake. "Basi akirudi mpe hii bahasha."

"Imesha fika tayari. Nimwambie imetoka kwa nani?" Alidadisi akiwa na sauti tulivu.

"Kila kitu kimeandikwa ndani. Ila unaweza tu kumwambia kuwa ni Ben."

"Sawa."

Kabla Malaika hajaingia ndani vizuri kutoka porini, Tumaini alimpatia ile bahasha kwa siri.

"Ben." Ndicho cha kwanza alichokisema huku akimpa ile bahasha. "Ben!" Alihamaki Malaika. "Yuko wapi?"

"Juma lililopita nimekutana naye kule dukani kwa Mzee Masawe." "Eti nini, Tuma?" Alipenda kuita jina lake kwa kulikatisha.

"Alikuja na gari."

"Una uhakika, Tuma, mwanangu?"

"Bonge la mtu! Bonge la tajiri! Bonge la gari! Bonge la saa!" Alimsifia Ben huku uso umechanua. "Kaninunulia peremende." Uso wa Tumaini ulichanua.

"Nilisoma naye."

Ndani ya ile bahasha mlikuwa na kitu kigumu. Aliifungua kwa pupa. Macho yalikutana na picha ya Ben. Alikuwa amevaa mkufu mnene wa dhahabu uliokuwa na kidani chenye herufi ya M&B. *'Malaika na Ben.'* Alijisemea mwenyewe moyoni mwake. Akili ikamvurugika palepale. Aliamua kubadilisha ratiba yake. "Nitaondoka kesho."

"Mbona ghafla, mwanangu, kunani?" Mama yake alidadisi. Jombi aliyekuja kuwatembelea, naye alishangaa.

"Kazi ya Uhakimu katika Umoja wa Mataifa ndivyo zilivyo, mama. Itokeapo kesi, hakimu husika hana budi kuwepo ili kuendesha mashitaka."

"Kwa hiyo kuna kesi ya ghafla imetokea?"

"Umenielewa, mama."

"Basi muache Lisa, wewe wahi kazini, kesi ikiisha, rudi ili uendelee kufurahia likizo yako.

"Hapana!" Jombi aliingilia kati. "Kesi za kimataifa haziishi haraka kama unavyodhani, dada. Zinachukua miezi au hata miaka."

"Kwani hata nilijua basi!" Alijitetea.

"Malaika ataondoka kama alivyopanga, binti yake pia ataondoka naye. Au nimekosea, Malaika?"

"Hujakosea chochote, Jombi."

"Nitakupeleka mwenyewe uwanja wa ndege. Usihofu."

"Shukurani."

Tumaini aliendelea kumweleza mama yake kuhusu utajiri wa Ben, Jeni akamwonya kuwa asimwambie mtu yeyote kuhusu baba yule, "Tena Jombi ndiyo kabisaa, hutakiwi kumwambia, sawa Tumaini, mwanangu?" Alimwongeleza sikioni huku anaangaza huku na kule.

"Kwani huyu Ben ana shida gani na mama mdogo Malaika?" Alidadisi. "Hayatuhusu, Tumaini mwanangu, wewe fanya kama ulivyoagizwa tu, tumeelewana?" Alimwitikia kwa kuchezesha manyusi yake manene.

Ben hakuacha kumwandikia Malaika na kumweleza kuhusu maendeleo yake. "Nimebadilisha kazi. Nimehamia mkoa mwingine kabisa. Maisha ya Dar yamenishinda. Nimehamia Moshi."

"Maisha ni safari, pole sana." Hakutaka kumjibu wala kuendeleza mawasiliano lakini alijikuta akimjibu barua pepe zake zote bila kutaka. "Nimeachana pia na Katarina."

"Hili halinihusu, Ben."

"Najua halikuhusu lakini nilitaka tu kukwambia.

"Sawa."

"Mama watoto wangu amekuwa mjasiriamali."

"Maisha ni kupambana."

"Amefungua duka la nguo za kina mama na watoto."

"Hongereni."

"Ni duka lake si langu."

"Bora uzima."

"Biashara hii inamfanya asafiri kila siku. Haonekani nyumbani."

"Hayanihusu."

"Amekuwa kiguu na njia."

"Hayanihusu nimekwambia!"

"Safari za Unguja na Dar haziishi."

"Nimekwambia hiviii, halinihusu!"

"Hata nchi za jirani anakwenda pia."

"Hayanihusu Ben, hivi mbona hunielewi?"

Anne pia alikuwa akiwasiliana na shoga yake, nyaraka pepe zake zote zilimhusu Ben tu.

"Nimesikia kuwa Ben kawa mlevi wa kupindukia."

"Atajua mwenyewe. Hayanihusu"

"Na nimesikia eti kasimamishwa kazi."

"Maisha ni hatua."

"Nimesikia eti anafanya biashara ya kununua na kuuza madini kutoka Mbuguni na Mererani."

"Bora uzima tu."

"Tena wanasema katajirika sana."

"Ni vizuri, familia yake itafaidika pia."

"Alinitafuta na kunidadisi kukuhusu, alitaka kufahamu lini utarudi tena Afrika ili aje kukutembelea."

"Sina mpango wa kurudi hivi karibuni."

Baada ya nusu mwaka, Anne alimtafuta tena shoga yake kupitia simu.

"Huyu Ben msumbufu sana."

"Sikuelewi."

"Amekuja Dar, tukakutana, akasema kuwa ana mpango wa kukufungulia akiba ya benki."

"Hayanihusu, Anne. Afungue asifungue, hayanihusu."

"Amedai pia eti ameifuma nyumba nzuri sana mjini Arusha, inauzwa. Anataka kukununulia."

"Mwambie akammunulie mkewe na binti yake. Mimi sina haja ya nyumba wala ya gari, tena mwambie anikome, tafadhali."

Ben alikuwa mvumilivu. Kila aliposikia kuwa Malaika amewasili nchini, alimtafuta kwa udi na uvumba. Mkewe Ben, Jenifa, alipopata fununu kuwa mumewe bado ana mawasiliano na Malaika, aliamua kudai talaka.

"Naona tunaumizana tu vichwa, Ben. Nataka talaka yangu ili kila mmoja ashike njia yake. Nakupa uhuru wa kuwa na huyo Malaika wako." "Nani kakupa umbea huu, *wife?*"

"Lisemwalo lipo na kama halipo basi li njiani, laja."

"Ukiamini ya kuambiwa, hakika hatutadumu pamoja, *wife*"

"Licha ya hili, maisha ya mikoani siyataki tena, nimechoka kuishi hapa Moshi, nataka kurudi Dar. Kule fursa ni nyingi kushinda huku mikoani"

"Kumbuka kuwa hapa mkoani Kilimanjaro si mbali na Kenya, ni rahisi sasa wewe kuingia Kenya kutokea Moshi, kule Dar itakugharimu nauli kubwa maana ni mbali na Kenya." Ben alitamani waendelee kubaki Moshi ili iwe rahisi kumwona Malaika pindi arudipo nchini.

"Hii si sababu ya kunifanya niendelee kuishi mikoani, juu ya hayo yote, usafiri wangu unaujua mwenyewe, mimi hupaa kwa ndege tu, hivyo hakuna utofauti kama ninaishi Dar au mikoani, ninachotaka mimi ni kururdi jijini tu, kule siwi pweke." Alipoona kuwa mkewe hatetereki na uamuzi wake wa kurudi Dar, lakini pia hakuyumba katika suala la kupeana talaka, aliamua kumuuliza Malaika kwa mara ya mwisho kama angependa wawe pamoja ili amtaliki mkewe.

"*Haina tabibu ndwele ya mapenzi*" Majibu ya Malaika yalikuwa ya mafumbo tu.

"Una maana gani?

"Yote haya umeyataka mwenyewe, Ben. Kitanda ulichokitandika, sharti ukilalie."

Ben akachoshwa moja kwa moja. Japokuwa alikuwa bado anampenda kupita kiasi, hakutaka tena kuendelea kuutaabisha moyo wake, akapiga moyo konde, akakata mawasiliano, kisha akarudi kwa mkewe kumwomba radhi. "Nisamehe *dhunubu* zangu, mke wangu. Nakuahidi kuwa nitajirekebisha." Jenifa alimwamini. "Naomba kuanzia dakika hii, vunja kabisa mawasiliano na huyu Malaika wako. Unanikondesha roho kila nimkumbukapo."

"Wala usihofu, *wife*"

"Na nikisikia unalitaja tena jina lake au kuwa mnawasiliana, basi huo ndiyo utakuwa mwisho wa ndoa yetu."

"Sawa sawa, usihofu, *wife*" Ben akawa mtiifu kwenye ndoa yake, akafikia hata kubadilisha nambari ya simu yake. Akili yake sasa ilikuwa katika kazi na familia yake tu. Jenifa akabeba mimba ya mtoto wa tatu. Malaika pia aliyajali maisha yake tu. Naye pia alijaaliwa mtoto wa pili aliyemzaa na mwanamume mwingine. Maisha yalimwendea vizuri kwani mume wake wa pili alikubali kuwa baba wa nyumbani moja kwa moja; alipika, kufua, kudeki na kuwapeleka watoto shule. Aliporudi nyumbani, alipitia sokoni kufanya manunuzi ya juma zima, Malaika aliporudi nyumbani, chakula kilikuwa kinamsubiri mezani.

* * *

Anne hakuchoka kumwandikia Malaika kumweleza habari za Ben. "Juzi shinda jana nilikutana naye, akanikaribisha chakula cha mchana. Mwenzio kanunua gari nyingine mpya kabisa, tena zamu hii kanunua aina ya *BMW*, mpya nyeusi, viti vyote ngozi tupu, ina vizulia vya rangi nyekundu, usukani rangi ya manjano, inanukia upya upya tu. Hiyo gari ingekuwa ni yenu wawili tu, nembo ya BMW, ingesomeka: *Ben, Malaika, Watoto*"

"Hata sikujua kuwa amerudi tena Dar. Mara ya mwisho kuongea naye ni zaidi ya mwaka sasa."

"Hapana, haishi Dar, huwa akija kikazi tu, anakuja Dar kuuza madini yake kisha anarudi Moshi kwa mkewe"

"Anne, nakushukuru kwa kunitaarifu, lakini hukushurutika kunieleza habari zake maana hazinihusu."

"Nimekutaarifu ili ufahamu kinachoendelea, mwenzio kawa tajiri wa kupindukia"

"Mali yake hainihusu. Utajiri wake ni fahari yake na familia yake."

* * *

Nusu mwaka ulipotimu, Malaika alipigiwa simu na kaka yake wa kambo, Magugu. Sauti ilikuwa nzito.

"Shangazi Tambi hana muda mrefu tena hapa duniani." "Eti nini, kaka Magugu?"

"Ndio hivyo, dada."

"Anaugua nini?"

"Ni kilekile kikohozi chake kisichopona."

"Yupo Hospitali au nyumbani?"

"Yupo nyumbani."

"Kwa nini, Magugu? Hospitali zinatoa huduma nzuri tu, nyumbani kutamsaidia nini?"

"Ameamua mwenyewe kurudishwa nyumbani, anadai kuwa Hospitali hasaidiwi kitu chochote."

"Anatumia dawa gani kwa sasa?"

"Anatumia hiihii mitishamba yetu. Anajitahidi sana. Ila tangu jana anataja jina lako tu."

"Niko njiani. Kesho nitawasili. Sawa?"

"Usijali, dada. Karibu."

Siku iliyofuata, tena asubuhi na mapema, shangazi yake aliaga dunia. Mauti yake hayakuwashituwa wengi kwani kila mtu alifahamu kuwa mauti yalikuwa tayari yamemkunjulia mikono. Kufuatia hali ya hewa ya ukanda wa mwambao, ilibidi azikwe siku ileile ya umauti wake, hivyo Malaika hakuyawahi maazishi, aliyakuta matanga tu. Baba yake mkubwa, Mzee Mnyamwezi Mirambo, hakutaka Malaika atoke nje kwa madai kwamba palikuwa na baadhi ya watu waliokuja kwenye matanga ambao ni washirikina.

"Kabisa, baba mkubwa. Nakuunga mkono." Magugu alimwitikia. Malaika alipoisikia habari ile, alijawa hofu. "Basi mimi nitaondoka leo hiihii, sasa hivi."

"Sawa tu dada." Magugu alimkubalia.

"Hata mimi pia nakuunga mkono, mwanangu," Mzee Mnyamwezi Mirambo alimweleza, "Wanadamu wa hapa kijijini petu wamekubuhu kwa ushirikina."

"Usijali, baba mkubwa. Nitaondoka. Ahsante sana kwa kunihadhari." "Sawasawa, binti yangu, na tunakushukuru kwa kuipanda ndege, ukaja hadi huku kwetu kumpa shangazi yako heshima ya mwisho."

"Ulikuwa ni wajibu wangu, baba mkubwa."

"Mimi nitabaki, siwezi kuondoka kabla ya kuvunja matanga." Mama yake alisema.

"Wewe lazima ubaki, shemeji maana bado tunakuhitaji." Mzee Mnyamwezi Mirambo alimweleza, kisha alichukua kikombe kilichojaa pombe ya mnazi na kukigida chote.

"Mimi nitaondoka pia." Jeni alichukua fursa ile ili aondoke na Malaika. Waliondoka kimyakimya kupitia mlango wa nyuma. Magugu aliwasindikiza hadi Kituo cha Basi. Malaika alimpatia pesa ya kutosha ya kugawana na ndugu wengine wote kule kijijini. Kisha alimwomba waendelee kuwasiliana kama ilivyokuwa kawaida yao. "Naomba endelea kuyatunza makaburi ya wakubwa zetu."

"Usijali, dada. Wajibu huo nimeukubali kwa moyo wote, kuwa na amani, mimi ni kaka yako. Niamini."

"Pole sana kaka. Shangazi yetu ndiyo amesha tuaga."

"Alisumbuka sana. Mwache tu akapumzike sasa."

"Ni kweli." Jeni alisema kwa kunong'ona.

"Basi niacheni mimi niwahi kurudi ili nikamsaidie baba mkubwa katika hili au lile."

Walipowasili tu nyumbani, Malaika alipokea simu ya Anne. "Ben kanipigia muda si mrefu, amesema kuwa mama yake amefariki juzi."

"Ndiyo kusema wamepishana siku moja tu na shangazi yangu. Mpe pole utakapoongea naye tena.

"Nitaifikisha rambirambi yako. Na wewe pia pole sana kwa kufiwa na shangaziyo."

"Ahsante, tumesha poa."

Lakini Anne alibadilisha mawazo ghafla. "Mimi nadhani ni vyema ungempigia mwenyewe, nina uhakika atafurahi sana kuisikia sauti yako."

"Kwanza kabisa nambari yake sina. Halafu pili, sitaki makuu, Anne. Sitaki tena mazoea na Ben. Inatosha"

"Ngoja nikupe nambari yake, shoga." Hata kabla Malaika hajahamaki, alimtajia.

"Sawa. Nitaangalia kama nitaweza kumpigia."

"Usiseme utaangalia, nakushauri mpigie maana kumpa mtu pole ya kufiwa ni jambo la kawaida."

"Sawa." Alipiga moyo konde na kumpigia. "Ni mimi, Malaika naongea."

"Malaika! Nimefurahi sana kwa kunitafuta." Sauti ya Ben ilikuwa nzito.

"Nimesikia kuwa umefiwa na mama yako, Anne amenipigia, akanipa nambari yako. Pole sana." Sauti ilikuwa kavu, ya kuhimiza.

"Kwa Mungu, sote tutakwenda. Aliugua sana. Aliteseka sana."

"Poleni sana."

"Shukrani." Kisha alitaka kujua atakaa kwa muda gani.

"Nitakuwa Arusha kwa takriban miezi miwili hivi. Nitakuwa kikazi kule Umoja wa Mataifa Arusha mjini." Alisema Malaika kwa sauti ya uchovu. Ben alitoa mguno wa kuridhia.

"Kwa heri, Ben."

"Kwa heri, Malaika." Alitamani kusema kitu ila hakujiamini kwa dakika ile.

Malaika aliripoti kazini na kuchapa kazi kisawasawa. Alikuwa mfano wa kuigwa. Lililotakiwa kutekelezwa leo, halikusubiri kesho, lilitekelezwa mara moja. Chakula cha mchana alikilia kwenye meza ya kazi. Kifo cha shangaziye kilizidi kumsukuma azidi kuwajibika ili asimuwaze kila mara, lakini wakati amelala kitandani mwake usiku, machozi yalimchuruzika bila yeyote kutambua, kiza kiliyaficha majonzi yake. Mto wake uliyafyonza machozi yake. Alipoamka, hakumuonyesha mtu kuwa alikuwa anaugulia moyoni. Alijiandaa na kuwahi kazini. Aliporudi tena Ulaya kwa wanawe na mumewe, roho ilipata faraja ya kiasi. Miezi na miaka iliyoyoma, umri wake ukazidi kujidhihirisha kwenye maungo yake, wanawe walichipua haraka kama migomba, unyumba wake ulineemeka, kazi yake ilimjazia kibaba, hakuifahamu adha wala baa. Hata hivyo, shoga yake aliyaingilia maisha yake kila mara. Hakuchoka kumweleza kuhusu maisha ya Ben. Akaikamata simu.

"Wacha niongee haraka ili nisikupotezee muda wako."

"Nakusikiliza, Anne."

"Nasikia Ben kawa na tabia mbaya sana."

"Tabia gani tena?" Aliuliza huku ametokwa na subra.

"Wanawake ndiyo sifa yake mpya. Pombe imekuwa maji kwake." "Mchezo wake wa pombe naufahamu tangu enzi na enzi."

"Sasa nimesikia amekuwa komba wa kupindukia, akiingia kilabuni hatoki mpaka afukuzwe kwanza."

"Jamani!"

"Halafu anatumia utajiri wake kuwanasa wasichana. Pesa ndiyo inaongea, shoga."

"Sasa na maradhi haya ya siku hizi jamani, si tutamzika siku si nyingi?"

"Ndio hivyo basi."

"UKIMWI utamuachia kweli?"

"Ngoja tukate simu, ili nisikupotezee muda. Ukitaka kusikia habari zaidi usisite kunitafuta."

"Usijali."

"Kwa heri shoga."

"Wasalimie wote huko kwenu."

"Na wewe pia."

Malaika alishindwa kuvumilia. Akampigia mara moja ili amsihi ajirekebishe. "Nani kakueleza huu umbea, au ni huyu shoga yako Anne?"

"Hapana Ben, Anne sijawasiliana naye kwa muda sasa." Alipiga chuku. "Nani sasa kakwambia? Mtaje!"

"Tangu biashara ya madini ikutajirishe, umekuwa Sultani, ila kumbuka kwamba, mpanda ngazi hushuka."

"Naona hunitakii mema hata kidogo, Malaika"

"Siyo kwamba sikutakii mema. La hasha! Ila inaniuma kupata habari chafu dhidi yako"

"Walimwengu wataacha basi kusema, Malaika. Mimi kujaaliwa pesa kunawakeretesha roho zao."

"Nakusihi, Ben, acha pombe, acha ukware. Wakumbuke wanao na mkeo, pia wakumbuke nduguzo, hawa wote wanakutegemea."

"Tangu lini unanijali, Malaika. Si ulisema kuwa hutaki tena mawasiliano nami! Si ulisema kuwa hunitaki tena! Leo unajidai kunijali, kuna lipi nisilolijua, hebu niambie."

"Hakuna lolote zaidi ya nililo kwambia kuwa pombe si ufahari, wanawake si cheo."

"*Ok*, ngoja basi nikwambie ukweli ulivyo. Habari za pombe, hizi ni za kweli. Lakini niko katika mwelekeo mzuri wa kuacha."

"Hongera."

"*Wife* pia amenionya niache pombe la sivyo ameahidi kuniacha." "Unaona sasa! Kila mtu anakujali, usiwaangushe watu wanaokujali."

"Pombe hunipunguzia mawazo juu yako, Malaika. Bila kunywa pombe, moyo wangu unateseka sana. Ninywapo pombe nalewa penzi lako."

"Kwa hiyo unahalalisha uzembe wako kwa kunishutumu, au sivyo?" "Sikushutumu bali niongealo ni ukweli utokeao moyoni."

"Kwa heri."

Alikata kwa pupa.

Asubuhi moja, tena mapema sana, alipokea simu kutoka kwa Anne. "Malaika, Ben kanipigia na kunilalamikia kuwa kuna mtu kakupigia na kukueleza juu ya tabia yake ya pombe na wanawake. Je, ulinitaja?"

"Nilikuahidi kuwa sitokutaja, hivyo ondoa hofu yako."

"Amelalamika sana kuwa hakupati kwenye simu. Anahofia kuwa huenda amekukwaza, hivyo anataka kukuomba msamaha. Ameniomba nikupigie, nikwambie kuwa kama akipiga, basi pokea kwani kuna kitu cha muhimu sana anataka kukueleza."

"Nimekuelewa." Malaika hakusubiri apigiwe, aliamua kumpigia mara moja.

"Malaika! Malaika!" Sauti ya Ben ilijawa furaha.

"Anne kanifahamisha kuwa unanitafuta. Kasema una jambo la muhimu la kunieleza. Nakusikiliza."

Ben hakuongea tena.

"Haloo! Bado upo hewani, Ben au umeshakata tayari?"

"Nakusikiliza, Malaika." Sauti ilijawa simanzi.

"Ben, unalia?" Hofu ilimpata. Aliamini kuwa kulikuwa na habari za kifo.

"Samahani kama nilikukwaza tulipoongea mara ya mwisho."

"Usijali Ben. Vipi kazi, je, familia yako haijambo?"

"Wote wazima tu, sijui wewe ?"

"Sisi wazima pia."

"Nafurahi kusikia hili."

"Nakusikiliza." Alisema kwa pupa.

"Pombe nimepunguza kabisa."

"Ni habari nzuri sana, hongera Ben."

"Halafu zile shutuma za uasherati zilikuwa pia za kweli. Lakini sasa nimebadilika kabisa. Samahani kwa kukukwaza kwa mara nyingine tena."

"Huna haja ya kuniomba mimi msamaha. Mkeo ndiye wa kumwomba msamaha."

"Nashukuru kwa kunipigia, Malaika. Pia nakushukuru kwa kunijali. Inasaidia sana."

"Karibu."

"Nakushukuru kwa kila kitu tulichojaaliwa kukifanya pamoja. Nakumbuka kila kitu."

"Sina muda wa kukumbukia yaliyopita, Ben. Naganga yajayo tu."

"Penzi lako kwangu lilikuwa la kweli. Japo nimekukatili roho, nitakukumbuka hadi kufa."

"Nadhani tukate sasa. Majukumu yananisubiri."

Ben hakumjali. "Moyoni mwangu nimeliweka penzi lako na nitalitunza hadi kufa."

"Ukiendelea kunieleza habari hizi, Ben nitakata mara moja."

Hakumjali. "Ni penzi lako ndilo linipalo uzima. Naomba usinielewe vibaya, lakini. Wewe ndiwe uliyeyakamilisha maisha yangu. Unanitia moyo niwe mfano bora kwa mke wangu na familia yangu yote."

"Ben, inatosha sasa. Kwa heri." Hata hivyo hakukata.

"Umenieleweshа umuhimu wa kupenda."

"Ben, inatosha, tafadhali!"

"Na ninakuahidi kuwa nitalienzi penzi lako hadi dakika ya mwisho." "Hivi hunielewi, Ben?"

"Nauheshimu uamuzi wako kuwa haiwezekani tena sisi kuwa pamoja." "Sawa."

"Basi ngoja nimalizie kwa kusema hili : Hata kama hatukujaaliwa kuwa mume na mke, fahamu ya kuwa penzi letu si *penzi la damu*, bali ni *penzi halali*. Wahenga walisema, kipendacho roho hula nyama mbichi. Nimelipigania penzi letu kishujaa hadi dakika ya mwisho, sasa ni zamu yako Malaika kulipigania penzi lako hadi dakika ya mwisho, mpiganie yule umpendaye hadi dakika ya mwisho, na ikibidi, uwe tayari kutokwa na damu. Kwa heri ya kuonana, Malaika wangu. Kwa heri uwa la roho yangu." Akakata.

"Ben!" Malaika alimwita kwa sauti ya kunong'ona. Lakini hakupatiwa jibu. Akabaki kung'angania simu yake huku macho ameyafunmba.

Sura ya 17

Ng'ombe Avunjikapo Guu Hurejea Zizini

Malaika alichapa kazi kama kihongwe. Hakupumzika wala kurudi nyumbani kupata chakula cha mchana. Mumewe alimwelewa, hivyo alimwandalia chakula cha kubeba na kwenda kula kazini. Kifo cha baba yake na shangazi yake kipenzi, kifo cha bibi yake, Bibi Moshi, vilimtesa kila siku. Japo mumewe na bintize walimfariji, japo kazi ilimpunguzia huzuni, roho yake ilikuwa tupu. Ilikuwa sawa na jangwa lisilo na mwanzo wala mwisho. Maisha yake yalibadilika ghafla siku ile aliyopokea barua ya uhamisho. Zamu hii alipelekwa kwenda kuwajibika katika Koti Kuu ya Dunia ya Hague, nchini Uholanzi. Hakutegemea kuwa angeyazoeya maisha ya Uholanzi haraka kiasi kile. Mwaka ulipotimu, alipokea tena barua ya uhamisho mwingine. Alitakiwa kurudi katika Mahakama Kuu ya Umoja wa Mataifa, mjini Arusha kwa muda usiojulikana. Aliufurahia sana uhamisho ule kwani ulimpa fursa ya kurudi nyumbani. Mumewe na wanawe waliufurahia pia uhamisho ule. Malaika alipewa muda wa miezi minne tu ya kushughulikia uhamisho wake. Jombi pia, alifurahi kusikia kuwa mpwa wake amehamishiwa nyumbani.

"Sasa utakuwa na muda wa kuishi karibu na ndugu zako." "Ni kweli kabisa, Jombi, ila bosi wangu ameniambia kuwa nitakuwa nikisafiri kila baada ya juma. Mateso gani haya!"

"Kazi za kimataifa ndivyo zilivyo. Wewe mwenyewe unafahamu hilo, hivyo sina haja ya kukuelewesha. Wanao pamoja na mumeo wataishi maisha ya kifalme hapa nchini. Si unafahamu mwenyewe jinsi tunavyolipwa?"

"Nimepewa likizo ya miezi minne tu ya kushughulikia uhamisho wangu. Nafikiri nitakuja nyumbani mapema ili niwatafutie wanangu shule mwenyewe."

"Sawa, hamna shida." Alimkumbusha. "Halafu yule hakimu aliyetokea Senegali, amefariki dunia juma lililopita. Hivyo ile nyumba aliyokuwa akiishi bado haijapata mpangaji, je, nikusaidie uipate au unataka kwenda kuishi kwanza kwa mama?"

"Sijajua bado."

"Tatizo la kule kwa mama ni shida ya usafiri wa kuaminika, itakulazimu kusafiri kila siku kuja mjini. Nafikiri halitokuwa wazo baya kuipata hii nyumba. Fikiria hilo kisha nitaarifu. Ila usichelewe kunipa jibu kwani hii nyumba ya marehemu iko maeneo mazuri sana."

Malaika alimtaarifu kuwa alikuwa na nyumba yake mwenyewe mjini Arusha.

"Niliijenga mwenyewe kwa siri sana, lakini kwa sasa nimeipangisha." "Malaika mpwa wangu, wewe una akili sana. Hongera sana mwanangu!" Jombi alipasuka kichwa kwa kujisikia fahari.

* * *

Akiwa anajiandaa kurudi Afrika, mume wake alifariki ghafla. Alifia kitandani. Malaika alimwamsha lakini hakuamka tena, baada ya kufanyiwa uchunguzi wa kina ikakutwa kuwa amefariki kwa mshituko wa moyo. Ikabidi aahirishe uhamisho wake kwa muda wa nusu mwaka mzima. Muda huo ulipokwisha tu, Jombi alimpigia kumhimiza aripoti kazini. Akafunga safari hadi Ulaya kumsaidia katika majukumu ya uhamisho. Siku moja tu kabla ya kuipanda ndege, alipokea simu ya dharura kutoka kwa Anne. Alishangaa kwani haikuwa kawaida ya rafiki yake kumpigia simu asubuhi na mapema namna ile, tena kazini. "Malaika, umesha zipata habari?" Sauti ilitweta.

"Habari gani tena, Anne, mbona unanishitua namna hii? Tusalimiane kwanza basi!"

"Muda wa kusalimiana hata sina Malaika."

"Kunani, Anne, mbona unaniweka roho juu namna hii?" "Tena naomba kaza moyo mpenzi wangu, kaza moyo, shoga!"

"Mbona unanishitua namna hii, Anne jamani. Kumetokea nini tena? "Taarifa ya habari imetangaza sasa hivi kuwa Ben amepigwa risasi na amefariki palepale."

"Ati nini, Anne, unataka kuniambia kuwa *mpenzi wangu* amefariki dunia?"

Anne alinukuu neno moja tu, *mpenzi wangu,* akaamini kuwa kumbe Malaika alikuwa bado akimpenda Ben.

"Wametuonyesha mwili wake kupitia runinga."

"Hata siamini, Anne. Siamini jamani! Nusu mwaka uliopita nimemzika mume wangu, leo napata habari za kifo cha Ben. Siamini jamani!" Akili ilimvurugika hadi kupatwa na kizunguzungu.

"Kwani kuna anayeamini basi? Mimi mwenyewe mwili wote umekufa ganzi"

"Jamani Ben wangu!"

"Inasikitisha sana."

"Jamani Ben wangu!" Sauti ilikuwa nzito. "Nilimpenda sana Ben hata kama nikuwa na kinyongo naye baada ya kusikia kuwa ameoa mwanamke mwingine, nilimpenda Ben kushinda mwanamume mwingine. Ben wangu jamani."

"Mkufu wake wa dhahabu kifuani mwake ulimweka kama nyota ya alfajiri."

"Jamani Ben! Hata siamini."

"Kidani cha huo mkufu kina herufi kubwa mbili za *M&B*."

"*Malaika na Ben.*" Alinong'ona kwa sauti ya simanzi.

"Ni kweli. Ni kweli kabisa." Anne alimkubalia kwa sauti ya unyonge. "Jamani Ben wangu! Nilikupenda sana. Rudi Ben wangu."

"Pole sana Malaika, pole sana shoga."

"Jamani Ben wangu!"

"Maisha ya Ben yalikuwa kama ya ng'ombe dume. Hakuwa na utulivu, hakuwa na amani moyoni mwake."

"Ben jamani!"

"Maisha yake yalikuwa kama ya ng'ombe dume amtafutaye jike lake." "Ben jamani!"

"Ben alikuwa ng'ombe dume, na wewe ulikuwa jike lake. Mlitakiwa kuwa pamoja, mlitakiwa kufunga ndoa. Mlitakiwa kujenga familia yenu wenyewe. Sijui ni ibilisi gani aliingilia kati!"

"Mola na ailaze roho yake mahala pema peponi." Alimwombea nusura. "Alikuwa akikuwaza sana, alikupenda sana, hakuchoka kunipigia na kunieleza jinsi alivyokuwa anakuheshimu na kukupenda."

"Ben jamani!"

"Kila anipigiapo, hukiri hilo."

"Ben wangu jamani, Rudi Ben wangu, rudi tufunge ndoa dakika hiihii."

"Lakini maisha yake sasa yamekwisha tayari. Maisha ya ng'ombe dume yamefikia tamati."

"Sitakaa nimwone tena. Sitakaa niisikie tena sauti yake."

"Naam! Wahenga walisema, *ng'ombe avunjikapo guu hurejea zizini!*" "Mungu amsamehe huko aliko."

Sura ya 18

Mafahali Wawili Hawakai Zizi Moja

Katarina, kimada wa awali wa Ben, alifunga safari kutoka Msumbiji kuja kuhudhuria mazishi. Lakini pale alipogundua kuwa Jenifa hakumjali wala kuwa mkarimu kwake, aliondoka kabla ya hata sherehe za mazishi kuanza. Alipoondoka tu, Malaika aliwasili. Kuhudhuria kwa Malaika kwenye maazishi kulimkera sana Jenifa. Fundo la chuki pamoja na wivu vilimkaba roho kama meno ya simba shingoni mwa kongoni. Hasira ilitukusia kifuani kila alipoukumbuka ule mkufu wa mumewe. Japo taarifa ya habari ilisema kuwa herufi zile za *M&B* zilimaanisha *Mama na Baba,* Jenifa alifahamu zilikuwa zinamlenga nani. Wifi yake, Elizabeti, alimpoza kwani Jenifa alikaa kisharishari. "Wifi, ipoze jazba yako, kumbuka kuwa haya ni maazishi ya mumeo wa ndoa, ukileta rabsha utajitia aibu mwenyewe. Sisi pia tutafedheheka."

"Yawaje mume wangu kanidhalilisha kiasi hiki, jamani? Mimi kumzalia watoto hakukusaidia kitu chochote, ahsante yake ni kuvaa mkufu wenye kidani cha herufi ya jina lake na la huyu hawara yake."

"Hatuna uhakika, wifi. Hatujui herufi hizi zina fumbo gani, hivyo huwezi kumshutumu Malaika."

"Herufi *B*, ni jina la mume wangu na herufi *M*, ni jina la Malaika, wifi. Mimi siyo mjinga!" Alifoka kwa sauti ya chini.

"Basi vuta kwanza subira hadi mazishi yaishe ndiyo tulifuatilie."

"Siwezi kuvumilia madhali ninamwona huyu malaya wa mume wangu. Lazima aondoke kabla sijatibuka!" Kifua chake kilichotuna kilipanda na kushuka kwa jazba kama mawimbi ya bahari.

Nje na ndani ya nyumba palijazana watu waliokuja kutoa rambirambi za kifo, wengi walikuwa na hamu ya kujua kisa kilichopelekea Ben kupigwa risasi. Kaka zake marehemu na kaka zake Jenifa walikuwa kwenye shughuli ya kupokea wageni. Dada zake na mama yake marehemu walikuwa hoi kwa kulia. Baba yake marehemu hakuongea hata neno moja. Muda wote aliyatupia macho chini ili kuificha huzuni yake. Saa kadhaa kabla ya mazishi, Jenifa alitaka kuonana na Malaika, hivyo alimtuma wifi yake akamlete. "Namtaka aje hapa haraka sana!" Malaika alijawa na hofu kubwa sana kwani alimhofia Jenifa kama mhalifu ahofiavyo Kituo cha Polisi. Alipoingia tu, macho yao yakagongana. Malaika aliiona shari machoni mwa Jenifa. "Pole kwa kufiwa na mumeo." Sauti ilikuwa ya chini kabisa huku macho ameyatupia sakafuni. Jenifa hakumjibu bali kuendelea kumkatia jicho la kijasusi. Elizabeti hakupendezwa na kitendo cha wifi yake, hakutaka wifi yake amlaumu Malaika kwa lolote kwani hakuhusika kwenye kifo cha Ben, alitaka wifi yake aelewe kwamba, kama kulikuwa na mtu wa kumshutumu, basi mumewe ndiye aliyekosea kuwapenda wanawake wawili kwa wakati mmoja. Alitamani kumwambia pia kuwa, Malaika na Ben walishafahamiana kabla ya yeye kuwa mke wa kaka yake. Bila ya kuchelewa, Jenifa aliushika mfuko wa nailoni uliokuwa chini ya meza. Ndani mlikuwa na mkufu wa marehemu mumewe, ulikuwa umetapakaa damu lakini Malaika aliweza kuziona zile herufi za *M&B*, roho ikamdunda kama ngoma za unyagoni. Jenifa akamrushia ule mfuko na kisha kumwomba aondoke haraka sana kabla hajabadilisha mawazo. Malaika akatoka kama mchawi, ule mfuko aliufichia ndani ya kanga aliyokuwa amejigubika hadi kichwani, akatoka kwa kuchapua mwendo kuelekea Kituo cha Basi. Elizabeti alipogundua kuwa wifi yake amewatuma vijana wa mtaani wakamfanyie unyama Malaika, alitoka mbio kumuwahi Malaika huku akijisemea mwenyewe; '*ama hakika mafahali wawili hawakai zizi moja.*' Alipomfikia Malaika, alimfahamisha kuhusu njama ya wifi yake. Malaika alishikwa na woga wa ajabu. Aliwakumbuka wanawe na ndugu zake wote. Akajuta kuyahudhuria yale mazishi. "Fanya haraka, Malaika. Nimesikia kuwa hawa vijana wamepewa pesa nono sana na Jenifa. Chapuka, wakikukuta watakumaliza hakika."

"Tutawahi kweli kufika Kituo cha Basi kabla hawajatukuta?" Macho ya hofu yalimtoka.

"Tupite njia ya mkato, ya migombani ili tufike upesi." Akamshika mkono na kumvuta. Wale vijana nao walichapuka pia, ila walikuwa bado wako mbali.

"Naona tukimbie ili wasitukute."

"Sawa." Sauti ya Malaika ilikuwa ya kigugumizi kwa hofu iliyokuwa imemkalia kooni. Walitimua mbio kama swala waliomwona duma. Walipoifikia barabara kuu, walisimamisha gari la baba mmoja ambaye Elizabeti alimfahamu vizuri sana. Kwa bahati mbaya, hakuwa akielekea mjini bali maeneo ya Mlima Kilimanjaro. Elizabeti alimshauri Malaika waende tu na huyo baba ili kuwaepuka kwanza wale vijana. Malaika akaingiwa na wazo zuri. Akauliza, "Hivi unaifahamu ile familia ya kaka mmoja, kwa jina Mrisho Lema? Yule baba aliyekuwa akisakwa na Serikali miaka ya nyuma kufuatia ujambazi wake?"

"Ndiyo, familia ya Mrisho Lema hakuna asiyeifahamu. Tena wanaishi mtaa huuhuu. Si mbali na hapa. Umeijuaje hii familia?" Elizabeti alitaka kujuzwa palepale.

"Basi nipeleke kwanza huko. Habari nyingine baadaye." Walipofika, walimkuta kijana aliyekuwa ameajiriwa kupalilia bustani na kulinda nyumba.

"Namtafuta baba mmoja, kwa jina Macha Lema. Nilifahamiana na marehemu kaka yake." Malaika alimuuliza kijana yule kwa sauti ya tuo japo moyoni alijawa na woga wa ajabu.

"Yuko porini. Mlimani."

"Tangu lini?"

"Muda wote yuko huko Mlima Kilimanjaro. Anakuja Jumamosi tu. Kisha anaondoka tena."

"Marehemu Mrisho Lema alinisaidia sana kimawazo nilipokuwa katika hali mbaya ya kimaisha. Sasa nataka nikamwone Macha ili anieleze mawili matatu kuhusu kaka yake."

"Unapajua huko porini alipo?" Elizabeti alimdadisi yule kijana.

"Ndiyo."

"Unaweza kunipeleka?" Malaika aliuliza kwa sauti ya pupa.

"Kabisa tu, dada."

"Nitaambatana nawe, *wifi.*" Elizabeti alisisitiza. Hakutania hata kidogo. Kuitwa wifi na Elizabeti kulisababisha kupatwa na fundo la huzuni moyoni mwake.

"Hapana Elizabeti, nitaenda mwenyewe tu. Wewe rudi nyumbani ili usikose kuhudhuria mazishi ya Ben." Walipoagana, Elizabeti alimwomba yule kijana ahakikishe kuwa Malaika anakuwa salama hadi kukutana na Macha. "Naomba hakikisha kuwa huyu dada anakutana na Macha tu. Sawa? Thamani ya huyu dada ni kubwa kuliko hata almasi, umeelewa?"

"Sawa, dada, nitafanya hivyo." Yule Kijana alijibu.

Sura ya 19

Akili ni Nywele Kila Mtu ana Zake

"Mtu yoyote akikuuliza kuhusu huyu dada,usiseme chochote kwa sababu yuko hatarini, anatafutwa na majangili, hivyo usimwambie mtu yeyote kuwa umemwona, sawa?" Macha alimsisitizia yule kijana, kisha alimpa noti nyingi kama bahashishi ya kumleta Malaika kule mlimani. "Ahsante sana, kaka yangu." Alimshukuru na kisha kuwaacha wenyewe. Macha alikuwa na furaha isiyo kifani kumwona Malaika. Lakini Malaika alikuwa yu mwingi wa simanzi. Bila ya kupoteza muda, alimweleza kisa kizima. Mwishowe, aliutoa ule mkufu na kumwonyesha.

"Habari ya huyu Ben tumeisikia na kuonyeshwa kwenye runinga. Sikujua kuwa ulikuwa unamfahamu. Pole sana! Pole sana, dada. Lakini alikuwa ni mpenzi wako wa zamani tu, hivyo sidhani kama kifo chake kinakuhusu."

"Ni kweli. Huzuni yangu ni kwa sababu tulifahamiana na tulisoma darasa moja."

"Wewe ni mke wa mtu, yeye alikuwa mume wa mtu."

"Ni kweli." Malaika hakutaka kumwambia Macha kuwa mumewe alikwisha fariki tayari.

"Hivyo, hilo penzi lenu la shule halijulikani kokote." "Ni kweli, lakini hainizuii mimi kukiomboleza kifo chake." "Nakuelewa." Aliongezea. "Basi naomba niambie sababu ya kunitafuta."

Malaika hakumficha kitu kuhusu njama ya Jenifa, kisha alimwomba amtafutie usafiri wa kufika Arusha.

"Usijali."

"Kabla sijaondoka, naomba nipatie maji kidogo."

"Ya kunywa au?

"Nataka kuuosha huu mkufu ili uwe msafi."

"Kuna mfereji mdogo pale mbele. Ngoja nikupeleke."

"Ahsante."

"Naam, ni vyema uuoshe maana unatisha sana."

"Naomba nipe nafasi kidogo. Ningependa kuwa mwenyewe wakati nauosha." Alisema Malaika kwa sauti ya huzuni.

"Usijali." Macha aliondoka, akachukua fursa ile kuwasiliana na rafiki zake kuwauliza kama kule mjini bado kuna usafiri wa kwenda Arusha. Malaika aliporudi kutoka mferejini, Macha alichukua fursa ile kumwambia jambo fulani. "Kabla hujaondoka, kuna kitu nataka kukuonyesha."

"Kitu gani hicho? Macho machovu ya kudadisi yalimtoka pima. Macha alipapasa ndani ya begi lake na kutoa vitabu vitatu. "Hivi vitabu vilikuwa mbolea ya ubongo wa Mrisho Lema kipindi alichokuwa akiishi huku porini. Hata redio haikuwa na umuhimu kwake kama hivi vitabu."

"Ni vitabu muhimu sana. Navifahamu." Sauti ya Malaika ilikuwa ya unyonge.

"Alivinipa kabla ya umauti kumfika. Akasisitiza kuwa lazima nivisome."

Malaika alivipokea. Navifahamu vyote vitatu."

"Nimekuwa nikija huku porini kupata muda wa kutosha wa kuvisoma."

"Vizuri kabisa."

"Je, unaonaje kama tungevipitia pamoja ili tufundishane maadili yake?"

"Sawa tu, ila tuzingatie muda."

"Bila ya shaka."

"Naona tuanze na hiki cha *Viumbe Waliolaaniwa* ambacho kwa Kingereza kinaitwa *The Wretched of the Earth.* Kiini cha kitabu hiki kinatuelimisha kwamba Waafrika ni lazima tujikomboe wenyewe kifikra, yaani tujikwamue katika utumwa wa kimawazo. Pia kinakemea tabia ya viongozi wetu ambao mara tu baada ya kutwaa uhuru, walituzunguka na kutumia madaraka yao kukandamiza watu wao kwa manufaa yao wenyewe." Sauti ya Malaika ilitulia. Videge pori vilipuruka kutoka tawi hili hadi tawi lile. Upepo mwepesi wa ubaridi ulipunga na kumfanya Malaika avutie kanga yake hadi kidevuni. Kile kijito cha maji kiliendelea kutiririka maji yaliyotoa sauti nyepesi ya kuburudisha moyo, mionzi ya jua ilikimwekesha, kikafanana na kijoka cha mdimuni. Kwa dakika kadhaa Malaika alikuwa amezama kwenye wingu la mawazo. Macha alimtoa kwenye wingu lile kwa kuzungumzia kile kitabu.

"Miaka mingi sana iliyopita, nilikuwa na kaka yangu eneo hilihili na amekuwa akinifundisha mawaidha ya vitabu hivi. *Bro,* alikuwa mtu mwenye thamani sana. Alivielewa hivi vitabu kuliko mtu mwingine." Huzuni kali ikamkaba koo.

"Pole sana!"

"Kaka alitaka nivichukue ila nilikataa nikidhani kuwa alivihitaji kwanza wakati bado anaishi huku machakani. Baada ya kifo chake, ilinibidi nilichome hema lake ili polisi wasiyagundue maficho yake. Kwa bahati mbaya, vitabu navyo viliungulia hemani." Alisikitika. "Hivi nimevinunua juzi juzi tu."

"Kaka Macha, hakujaharibika kitu kwa sababu umefanikiwa kuvinunua vyengine. Cha muhimu sasa ni sisi kuelimishana na kuielimisha jamii nzima juu ya dhana ya vitabu hivi. Ni urithi wetu, ni urithi wa vizazi vijavyo."

"Ni kweli kabisa, dada Malaika."

"Tusipo elimishana, basi jamii yetu ni bure, ni maskini, haina thamani."

"Umenena, dada."

"Hivyo, ni jukumu na haki ya kila Mwafrika kujifunza na kuuelewa umuhimu wake."

"*Sista,* wewe na *Bro* mnafanana sana kimaadili."

"Hiki kitabu kinaendelea kutufundisha kuwa siasa ya kikoloni ilikuwa na lengo moja tu, nalo ni kuweka mipaka imtenganishayo mtawala na mtawaliwa."

"Barababara, dada."

"Mtawala alikuwa na elimu wakati mtawaliwa amekataliwa elimu hiyo. Mtawala alikuwa na sauti wakati mtawaliwa alikuwa kisonoko cha mtawala. Mtawala alikuja na silaha iliyotumiwa kumdhibiti mtawaliwa, na papohapo pia, mtawaliwa alifundishwa kuitumia silaha hiyo kwa lengo la kulikandamiza na kuliteketeza taifa lake mwenyewe."

"Lakini mbali na haya yote, mtawaliwa hakufa moyo. Alijitahidi kupigania uhuru wake."

"Ni kweli kabisa, kaka Macha."

"Hata hivyo, kumbuka kwamba, hitilafu ya mtawaliwa ilikuwa ni mfarakano, hatukuwa na umoja, ndiyo maana mara tu baada ya kutwaa uhuru, wale waliokuwa na elimu au madaraka walitetea sera za kikoloni kwa kujinufaisha wao wenyewe, walitumia mali ya umma kwa kujipatia maslahi yao wenyewe."

"Haswaa, Macha. Katika Kiswahili fasaha tunawaita, vitimbakwiri." "Kabisa, dada."

"Inasikitisha sana."

"Matokeo yake sasa ni vita vya wenyewe kwa wenyewe."

"Kabisa, kaka."

"Hata muungano wetu wa Umoja wa nchi za Afrika (AU) hauna msimamo na mikakati ya kueleweka."

"Jumuiya hii imekosa siasa moja yenye mwamko mmoja, ndiyo maana inayumba yumba."

"Afrika imeshindwa kuunda siasa yake yenyewe inayoendana na utamaduni wake wenyewe."

"Ni changamoto kubwa sana."

"Tatizo kubwa la nchi za Afrika ni kushindwa kuunda siasa ambayo chimbuko lake limetoka kwa Waafrika wenyewe kwa manufaa ya Waafrika wenyewe."

"Barabara, kaka."

"Mifumo mingi ya kisiasa barani Afrika imeigwa kutoka mataifa mengine."

"Ndiyo maana Waafrika wengi hawaelewi siasa za nchi zao zinavyoendeshwa. Tupotupo tu."

"Matokeo yake sasa ni ukoloni mamboleo."

"Kabisa, kabisa."

"Hebu jiulize mwenyewe, kwa nini ni rahisi sana kulilaghai na kulitawala bara la Afrika kuliko sehemu nyingine ya dunia hii?"

"Kwa sababu ya saikolojia duni ya Mwafrika." Malaika alimjibu palepale. "Tumelishwa maadili ya kikoloni, tukayashikilia maadili hayo baada ya kutwaa uhuru. Hakuna kilichobadilika. Wenye ubavu wamevaa viatu vya mkoloni na kuvitumia kukanyagia navyo walio chini."

"Barabara, dada."

"Tunatakiwa tujitambue kifikra na kifalsafa. Kwa kufanya hivyo, tutavivua viatu na masurupwete ya kikoloni, tutavaa nguo zetu wenyewe zinazoendana na utamaduni wetu, yaani tutaendesha jamii zetu kupitia mila na desturi zetu wenyewe."

"Kutokujitambua kifikra kumeletwa na sisi kushindwa kuunda mifumo ya kisiasa inayotoa mwongozo wa kujitawala wenyewe kikamilifu." Macha alisisitiza.

"Ndiyo hitilafu ya Mwafrika hiyo, kaka," Malaika alimalizia.

"Wewe na marehemu kaka mmenielimisha sana."

"Karibu Macha."

"Kitu kimoja tu ambacho kinanisikitisha ni kwamba, hivi vitabu vimeandikwa kwa lugha za walewale waliotutawala. Nadhani ingeleta maana zaidi kama vingeandikwa kwa lugha zetu wenyewe. Lugha zetu za asili. Lugha za Kiafrika." Malaika alimkubalia kwa kutikisa kichwa.

Kisha akamjibu. "Nafikiri Bwana Frantz Fanon alifanya jambo la muhimu sana kuisambaza falsafa yake kupitia lugha za watawala wetu ili wafahamu kuwa tunayafahamu madhalimu waliyotutendea kwa hiyo tumejiweka imara ili madhalimu hayo yasijirudie tena."

"Sasa nimekupata, dada."

"Mbali ya hili, ni lugha ipi ya Kiafrika ingetumika? Kumbuka kuwa bara la Afrika lina lugha nyingi sana. Tanzania peke yake ina zaidi ya lugha mia."

"Ni kweli."

"Nafikiri alilofanya ndugu Frantz Fanon ni la kiungwana sana."

"Nakupata kabisa."

"Sasa ni wajibu wetu, ni wajibu wangu na ni wajibu wako pia kuvifasiri kwa lugha ya Kiswahili au lugha nyingine za Kiafrika."

"Barabara kabisa."

"Vikishafasiriwa kwa lugha zetu wenyewe itakuwa rahisi kuwafikia hata wale ambao hawaongei lugha za kikoloni."

"Maadili yako hayana kifani, dada. Ni mazuri sana."

Walipokimaliza, walinyakua kitabu cha pili cha mwandishi huyuhuyu.

"Hiki kinaitwa, *Ngozi Nyeusi, Vinyago Vyeupe* ambacho kwa kimombo kinaitwa *Black Skin White Masks.* Hapa, mwandishi anawahamasisha binadamu wote wanaopigania uhuru wao wa kisiasa. Kadhalika, anazungumzia kwa kina juu ya maisha ya Waafrika waishio ng'ambo."

"Nakusikiliza, dada"

"Anayajadili kwa undani maisha ya Mwafrika ya kutengwa, kubaguliwa na kushushwa kitabaka kutokana na Uafrika wake"

"Nami nimemuelewa vivyohivyo"

"Bwana Fanon anasema kuwa Mwafrika lazima ajikomboe mwenyewe kifikra, aache kujiona duni, aache kujidharau na aache kutojithamini."

"Hili ni suala muhimu sana, dada." Macha alimuunga mkono.

"Bila ya kujithamini mwenyewe chochote ukifanyacho ni bure kabisa." "Waafrika wengi tunasumbuliwa na fikra ya kutojithamini, hali hii imeletwa na historia ya utumwa pamoja na siasa za kikoloni."

"Barabara maneno yako, kaka Macha."

"Vitabu hivi, dada, ni muhimu sana kama vilivyo vitabu vya Mzee Ngugi wa Thiong'o au Mzee Chinua Achebe."

"We Macha we! usiniambie kuwa hata wewe pia unavifahamu vitabu vya Mzee Ngugi na Mzee Chinua Achebe!" Alipigwa na butwaa la furaha lakini tabasamu liliishia moyoni kwa kumkumbuka Ben.

"Usinidharau, dada yangu. Mimi pia nimeamua kujiendeleza kitaaluma.

"Vyema kabisa. Wahenga walisema *akili ni nywele kila mtu ana zake.* Naona wewe umeamua kabisa kuotesha nywele zako." Alitabasamu kwa kujilazimu.

"Kabisa, dada."

"Ndivyo inavyotakiwa, kaka."

"Falsafa za hawa waandishi ni muhimu sana kwetu sisi Waafrika."

"*Taamuli* na tajiriba zao zina maadili ya kweli."

"Kabisa, kabisa, dada."

"Bila elimu, hutatambua umetoka wapi na unaelekea wapi."

"Kila niendapo mjini, hujinunulia vitabu vyenye maadili, halafu huja huku Mlimani kuvisoma. Huku Mlimani hakuna usumbufu kabisa. Pia hunifanya niwe karibu na kaka yangu kiroho."

"Lakini nyumbani kwako si unaweza pia kuvisoma?" Malaika aliuliza kwa mshangao.

"Hapana, dada. Kule kijijini makelele ni mengi sana."

"Nafikiri lingekuwa jambo la busara kama ungekuwa mwalimu, kaka Macha." Alimshauri.

Macha alitikisa kichwa kuupinga ushauri ule. "Siwezi kuwa mwalimu, hilo haliwezekani hata kidogo. Kwanza kabisa, sijahitimu kuwa mwalimu, vigezo hivyo sina *sista*"

"Vyeti havimfanyi mtu kuwa mwalimu bora bali hekima yake ya kuzaliwa, na hekima hiyo umejaaliwa vya kutosha kabisa."

"Ahsante sana, dada. Lakini nina uhakika kuwa wengi wangeipiga vita dhana yangu ya kimapinduzi."

"Nakuelewa."

"Nchi zetu bado zinafuata mitaala ya elimu ya mkoloni ambayo haitoi mwamko wa kujielimisha kimapinduzi, hivyo inabidi tujielimishe wenyewe kimapiduzi. Elimu ya mkoloni inatufundisha kunukuu tu na si kutafakari na kupembua."

"Ni kweli kabisa, Macha."

"Kumbuka kwamba, Mwafrika mwenye cheo hana utofauti hata kidogo na bwenyenye au bepari wa kizungu, wa kiarabu, au wa kihindi. Ni kitu kilekile tu, hawatofautiani."

"Barabara maneno yako, kaka Macha." Malaika akaongezea kwa kusema kuwa, "Mwafrika ambaye kiuchumi amepiga hatua, fikra yake ni ya kibepari kama ya bepari wengine wote. Fikra ya bwenyenye inafuata mrengo mmoja tu; kubagua, kutawala, kukandamiza na kuzuia wengine wasipate nafasi ya kupigania haki zao."

"Umepatia kabisa, dada Malaika."

"Kwa hiyo basi, ni jukumu letu kuupinga mrengo huu. Mimi na wewe lazima tufanye mapinduzi ya kisiasa kupitia taaluma yetu."

"Ni kweli, dada."

"Hatuna muda wala sababu ya kuishutumu serikali au vyama vyetu." "Kabisa, dada."

"Cha muhimu ni sisi kujituma wenyewe ikiwa tunataka kujinasua katika utumwa wa kimawazo."

"Ni kweli, dada. Lazima tujitahidi hata kama ni changamoto kubwa sana."

Malaika alitupia jicho saa yake, akasema muda wa kuondoka umewadia.

"Ni kweli, ngoja nijiandae ili nikupeleke kituo cha basi."

Malaika aliuvaa ule mkufu wa dhahabu wa marehemu, alipoziona zile herufi za M&B, moyo uliwaka moto. Wakaongozana kuelekea kituo cha basi. Ilibidi wachapuke maana muda ulikuwa umewapa kisogo tayari. Hali ya hewa ilikuwa ya ubaridi, lakini walivyozidi kuteremka, joto la kiasi liliwapokea. Kwa bahati nzuri, walikuta mabasi mawili ya mwisho yakiwasubiri abiria wa mwisho mwisho. Malaika alipanda na kuketi kiti cha dirishani.

"Safari njema, Malaika." Sauti ya Macha ilikuwa ya kishujaa. Kisha alimpa kikaratasi kidogo. "Usikifungue hadi ufike kwanza nyumbani." Alimsihi.

"Usijali" Lakini alipofika katikati ya safari, alikitoa kile kikaratasi mkobani mwake na kukisoma, *Aluta Continua - mapambano bado yanaendelea.* Alitikisa kichwa kuyakubali maneno yale, kisha alikikunja tena na kukirudisha mkobani. Akatupia jicho nje ya dirisha, akawaona watoto wa shule wakirudi majumbani. Matumaini fulani yakamwingia moyoni, akakiri kuwa kila mtu alikuwa huru kuipigania haki yake kama wale watoto wa shule walivyokuwa wakipigania haki yao ya kupata elimu. Akajikuta anayawazia maisha yake kana kwamba alikuwa anatazama mkanda wa filamu. Akamkumbuka Ben. Vuguvugu la penzi lake likamwingia. Akaisikia sauti yake masikioni mwake, "Wahenga walisema, kipendacho roho hula nyama mbichi. Nimelipigania penzi letu kishujaa hadi dakika ya mwisho, sasa ni zamu yako Malaika kulipigania penzi lako hadi dakika ya mwisho, mpiganie yeyote umpendaye hadi dakika ya mwisho, na ikibidi, uwe tayari kutokwa na damu." Moyo wa Malaika ukakunjuka taratibu, ulichanua ukawa kama waridi bustanini. Maneno ya mpenziwe yalikuwa kama mvua inywesheayo waridi la moyoni mwake. Akakibandika kiganja chake kifuani mwake, kikaushikilia mkufu wa marehemu huku macho ameyafumba. Hakuuachia mkufu wa mpenzi wake, safari nzima.

TAMATI

Faharasa

Bobwe	Kundi la samaki wadogo wadogo ambao huliwa pamoja.
Dahari	Bila kuwa na mwisho
Dhunubu	Wingi wa neno "dhambi".
Habta	Kitu kizito kinachofungwa kwa mnyororo au kamba na kutupwa majini ili kuzuia chombo kisipelekwe na maji.
Hirimu	Umri wa mtu kati ya miaka kumi na ishirini na tano.
Itifaki	Maelewano, maridhiano baina ya pande mbili.
Makopa	Vipande vya mihogo au ndizi vilivyokaushwa kwa jua au moto ambavyo aghalabu husagwa au kutwangwa na kutoa unga wa ugali au uji.
Mtanda	Mnofu mkubwa wa nyama unaokatwa mithili ya kamba ili ukaushwe juani, jikoni aghalabu kwa ajili ya matumizi ya baadaye (msikita).
Mtanda	Uwezo wa akili wa kuchanganua mambo (tafakuri).
Takrima	Zawadi inayotolewa kwa mtu aliyetenda wema au jambo zuri.
Rununu	Simu ya mkononi yanye kuunga mawimbi ya sauti bila kuunganishwa na nyaya.

www.ingramcontent.com/pod-product-compliance
Lightning Source LLC
LaVergne TN
LVHW032013041026
849517LV00010B/2955